കഴിഞ്ഞ വസന്തകാലത്തിൽ
പത്മരാജൻ

കഥ
കഴിഞ്ഞ വസന്തകാലത്തിൽ

പത്മരാജൻ

ഗ്രീൻ ബുക്സ്

green books private limited
gb building, civil lane road, ayyanthole,
thrissur- 680 003, kerala, ph: +91 487-2381066, 2381039
website: www. greenbooksindia. com
e-mail: info@greenbooksindia. com

malayalam
kazhinja vasanthakaalathil
story
by
p. padmarajan

first published november 2017
reprinted december 2019
copyright reserved

cover design : rajesh chalode

branches:
thrissur 0487-2422515
thiruvananthapuram 0471-2335301
calicut 0495 4854662
ernakulam 8589095007

isbn : 978-93-87331-21-1

no part of this publication may be reproduced,
or transmitted in any form or by any means,
without prior written permission of the publisher.

GBPL/975/2017

മുഖക്കുറി

വിളക്കുമാടം പോലെ പ്രകാശിക്കുന്ന പതിമ്മൂന്ന് കഥകൾ. കഥാഖ്യാനത്തിന്റെ ഉൾക്കാഴ്ചയും ഭാവാത്മകതയുടെ കരുത്തും പൂർണ്ണത തേടുന്ന കൃതി. ഓർമ്മച്ചിത്രങ്ങളിൽ ഉറഞ്ഞ്, പ്രണയ വ്യാഖ്യാനങ്ങൾ കൊരുക്കുന്ന പത്മരാജൻ കഥകളുടെ ഒരു സമ്മോഹന സമാഹാരം ഗ്രീൻ ബുക്സ് സമർപ്പിക്കുന്നു.

കൃഷ്ണദാസ്
മാനേജിങ് എഡിറ്റർ

കഥകൾ

കഴിഞ്ഞ വസന്തകാലത്തിൽ 09
മഞ്ഞുകാലത്തെ കാക്ക 18
കബറ് 27
വനിത 34
നക്ഷത്രദുഃഖം 43
പളുങ്കുമാളിക 53
മൂവന്തി 57
തിര, തീരം 61
പ്രഹേളിക 66
അഗ്നിക്കുറി 77
മറ്റുള്ളവരുടെ വേനൽ 80
പാതയിലെ കാറ്റ് 90
കബന്ധഗതി 99

കഴിഞ്ഞ വസന്തകാലത്തിൽ

കുട്ടിക്കാലത്ത് അവൾക്കു വിവിധ വർണ്ണങ്ങളിലുള്ള നിരവധി പാവാടകൾ ഉണ്ടായിരുന്നു. ചുവപ്പ്, പച്ച, ഇളംതവിട്ട്, നീല, തൂവെള്ള ഇങ്ങനെ ഒരുപാട് പാവാടകൾ.

ആ കാലം സ്വപ്നത്തിലെന്നതുപോലെ മനോഹരമാണ്.

അന്നു പുഴയ്ക്ക് ഇത്രയും വീതി ഉണ്ടായിരുന്നില്ല. വളരാൻ വെമ്പുന്ന ഒരു ചാൽ മാത്രമായിരുന്നു അത്.

ഇതളുകളില്ലാത്ത പുഷ്പങ്ങളുടെ പടംവരയ്ക്കാൻ അന്നവൾക്കു കഴിഞ്ഞിരുന്നു. മലകളും മലയ്ക്കു മുകളിൽ തെങ്ങുകളും ഇടയിലൊഴുകുന്ന നദിയും നദിയിൽ പൊന്തുന്ന സൂര്യബിംബവും എല്ലാം അവൾ വരയ്ക്കുമായിരുന്നു. റോഡോഡാൻഡ്രൻപൂക്കളുടെ പടമച്ചടിച്ച വിദേശ മാസികകളിൽ നോക്കിയിരുന്നുകൊണ്ട് കടലിന്നക്കരെയുള്ള പ്രദേശങ്ങളിലെ ഗ്രാമങ്ങളെപ്പറ്റിയും അവിടെ കാലിമേച്ചുനടക്കുന്ന സമപ്രായക്കാരി പെൺകുട്ടിയെപ്പറ്റിയും അവൾ കിനാവുനെയ്തു. അപ്പോഴൊക്കെ അകാരണമായി മിഴികളിൽ ഓരു ചുവയുള്ള ജലകണങ്ങൾ പൊടിച്ചെത്തി.

പുഴ വളർന്നു.

അതിരുകളിൽ പുല്ലാനിക്കാടുകളും കൈതച്ചെടികളും മുളച്ചുവന്നു. അവളുടെ പാവാടകളിലും ഹൃദയത്തിലും ധാരാളം മഴവില്ലുകൾ മങ്ങാതെ നിലനിന്നു. പുതിയവ വന്നുചേർന്നു.

അന്ന് അച്ഛനുണ്ടായിരുന്നു. അച്ഛന്റെ കൈവിരൽ പിടിച്ച് മിക്ക സന്ധ്യകളിലും അവൾ പുഴയുടെ തീരത്തുകൂടി നടക്കാൻ പോയിരുന്നു. പുഴയിൽ അന്തിത്തിരക്ക് ഉണ്ടാവില്ല. അവിടെയും ഇവിടെയുമായി സ്ത്രീകളും കന്നുകാലികളെ കുളിപ്പിക്കുന്ന കൗപീനധാരികളായ ചെട്ടിയാന്മാരും മാത്രം ഉണ്ടാവും.

അവരെല്ലാംതന്നെ അച്ഛനോട് ആദരവു കാണിച്ചിരുന്നു.

ഒരു പ്രഭാതത്തിൽ അവൾ പുഴയോരത്തുകൂടി വെള്ളം തെറിപ്പിച്ചു നടക്കുമ്പോൾ, ഒരു ബാർജു കണ്ടു. ഭീമാകൃതിയിലുള്ള ഒരു ബാർജ്.

ജലത്തിനു മുകളിൽ ഇംഗ്ലീഷിലെ 'വി' എന്ന അക്ഷരം കുത്തി നിർത്തിയിരിക്കുന്നതായാണ് ആദ്യം തോന്നിയത്. ബാർജ് കടന്നുപോയപ്പോൾ പാടപോലെ എന്തോ ഒന്നു ജലനിരപ്പിൽ കിടന്നു തിളങ്ങി.

ചിത്രശലഭങ്ങൾ തെറിച്ചു പറക്കുന്ന പാവാട മുട്ടുവരെ ഉയർത്തിപ്പിടിച്ച് അവൾ കുറേക്കൂടി പുഴയോടടുത്തുചെന്നു. എന്തു വർണ്ണഭംഗി!

വെള്ളത്തിനുമുകളിൽ സപ്തവർണ്ണങ്ങളുടെ മറ്റൊരു സാഗരംകിടന്നോളംവെട്ടി. ഇടയ്ക്കിടെ തുടിക്കുന്ന ഒരു വർണ്ണപാളി. അതങ്ങനെ തന്നെ കോരിയെടുത്തു വീട്ടിലെ കണ്ണാടിക്കൂടുകളിൽ കൊണ്ടിടാൻ അവൾക്കു ധൃതിയായി. ആർത്തിയോടെ വിരൽ മുട്ടിച്ചു. നേർത്ത ചർമ്മം തകർന്നു.

ദുഃഖമായി ഒരിക്കലും കൈയിൽ വരാത്തതുകൊണ്ടു സൗന്ദര്യം ഇരട്ടിച്ചു. അവൾ നിസ്സഹായതയോടെ കരഞ്ഞു.

ഋതുക്കൾ. എല്ലാ മനുഷ്യരും ഉറങ്ങി കിടക്കുന്ന സമയം നോക്കി, കൈകോർത്തുപിടിച്ചുകൊണ്ടു നൃത്തം ചവിട്ടിക്കടന്നുപോയി. അവ പാടി:

*"ടാട്ടമല, ടോട്ടമല, ഇഷ്ടു!
ടാട്ടമല, ടോട്ടമല, ഇഷ്ടു!"

ഒരിക്കൽ അവൾ ഉണരുമ്പോൾ മഞ്ഞുകാലം തുടങ്ങിയിരിക്കുന്നു. കടന്നുപോകുന്ന തോണികളും പായ്കെട്ടിയ വഞ്ചികളും എല്ലാം മൂടൽമഞ്ഞിലാണ്. വിഷാദം അടക്കവയ്യാതായി. വേറൊരിക്കൽ വർഷകാലത്തിന്റെ ആരംഭം പുഴയുടെ മേൽ കാണായി. ജനാലകൾ കൊട്ടിയടച്ച് കണ്ണാടിപ്പലകകൾക്കിടയിലൂടെ അവൾ താഴെക്കൂടി മിന്നിയൊഴുകുന്ന പുഴയും നോക്കിയിരുന്നു. മഴത്തുള്ളികൾ ജലനിരപ്പിലേക്കു മരിച്ചുകൊഴിഞ്ഞുകൊണ്ടിരിക്കുന്നതു വേദനയോടെ ശ്രദ്ധിച്ചു. ഇനിയുമൊരിക്കൽ ഉണർന്നു കണ്ണുമിഴിക്കുമ്പോൾ ഗ്രീഷ്മകാലം വന്നെത്തിയിരിക്കയാണ്. പുഴമണൽ ചുട്ടുപഴുത്തു കിടന്നു. വെള്ളത്തിലേക്കു നടന്നെത്താൻകൂടി വിഷമമായി. അന്നെങ്ങും വസന്തം എന്നൊന്ന് ഉണ്ടായിരുന്നില്ല. എന്തു കഷ്ടം! ഗ്രീഷ്മത്തിലെ അല്പംമാത്രം തണുപ്പുള്ള ഒരു പുലരിയിൽ അവൾ ആരുമറിയാതെ പുഴക്കടവിൽ ചെന്നിരുന്നു.

അച്ഛൻ ആയിടെ മരിച്ചുപോയിരുന്നു. വീട്ടിൽ, രണ്ടു നിലയുള്ള പഴയ വീട്ടിൽ, തട്ടിനുമുകളിൽ എലികളും മരപ്പട്ടികളും വന്നു നിറഞ്ഞുകൊണ്ടിരുന്നു. അവളൊഴികെ വീട്ടിലുണ്ടായിരുന്ന ഒരേ ഒരംഗം അമ്മ, മാനത്തു നോക്കിയിരുന്ന് ഇടയ്ക്കിടെ പിറുപിറുക്കുന്നതു കേൾക്കായിരുന്നു.

---

* പാലക്കാട്ടു ഭാഗത്തെ നാവുതിരിയാത്ത കൊച്ചുകുഞ്ഞുങ്ങൾ പിണക്കം അറിയിക്കുന്നത് ഈ വാക്കുകൾ ഉപയോഗിച്ചാണ്. വലതുകൈയിലെ പാമ്പുവിരലും ചൂണ്ടുവിരലും ചേർത്ത് അറ്റം പിണച്ചുകൊണ്ട് ചുണ്ടിനു മേൽ വെച്ചാണ് 'ഇഷ്മു' അറിയിക്കുന്നത്. മറ്റേ കുട്ടി ഈ ദ്വാരത്തിൽ കൈവച്ച് വിരലുകൾ വേർപെടുത്തുമ്പോൾ "ഇഷ്മു മാഞ്ഞു."

“ഇനിയെങ്ങനാ്യാണ്? ഒറ്റമണി നെല്ലില്ല.”

പുഴയുടെ ഇരുകരകളിലും പുൽക്കാടുകൾ സമൃദ്ധമായുണ്ടായിരുന്നു. പുഴയിലൂടെ ഒരിക്കലും വറ്റാത്ത ഒരു നീർച്ചാൽ ഊറിയൊഴുകിക്കൊണ്ടിരുന്നു; നടുവിൽ ചെറിയ തുരുത്തുപോലെയുള്ള ഒരു മണൽക്കൂന സൗന്ദര്യം വിതച്ചുകൊണ്ടുനിന്നു.

പാവാടയിലെ നിറങ്ങൾ അന്നും തിളങ്ങിക്കൊണ്ടുതന്നെയിരുന്നു. ഹൃദയത്തിലെ സ്വപ്നങ്ങൾക്ക് നിറഭേദമൊന്നും സംഭവിച്ചിരുന്നില്ല. ചെറുപ്പത്തിലൊരിക്കൽ താൻ കണ്ട, കണ്ടുമറന്ന സപ്തവർണ്ണങ്ങളുടെ ആ പഴയ പാവാട ഇനിയൊരിക്കൽക്കൂടി കണ്ടിരുന്നെങ്കിൽ?

അവളാശിച്ചുപോയി.

പ്രഭാതമായതുകൊണ്ട് ധാരാളം കിളികൾ ചിലച്ചു. അല്പം മുമ്പിലായി ചെറിയ ചെറിയ പുൽച്ചാടികൾ പ്രത്യക്ഷപ്പെട്ടു. കുതിർന്നുതിർന്ന മണ്ണിൽ പച്ചക്കുതിരകൾ മേഞ്ഞുകൊണ്ടിരുന്നു.

ഈ പുല്ലുകളെല്ലാം വെട്ടിനശിപ്പിക്കണം എന്നവൾ നിശ്ചയിച്ചു. അതങ്ങനെ നിൽക്കുന്നതു കാണുമ്പോൾ ഏതോ ഒരു അവ്യവച്ഛേദിതാവ സ്വാസ്ഥ്യം അവളിൽ അരിച്ചു കയറുമായിരുന്നു. ഒരുതരം ഈൗർഷ്യ. ചൊറിച്ചിൽ.

പുഴയിലൂടെ ഒരു ബാർജ് കടന്നുപോയി. അതിന്റെ മുന്നിൽ നിന്നിരുന്ന ഒരു ചെറുപ്പക്കാരൻ അവളെ നോക്കി. വിരലുകൾകൊണ്ട് ആഭാസപൂർണ്ണമായ ഒരു സംജ്ഞ കാണിച്ചു. ഇമ്മാതിരി മുദ്രകളെല്ലാം അവൾ മനസ്സിലാക്കിയത് അടുത്തു കഴിഞ്ഞ ഒരു രാത്രിയിലായിരുന്നു. കൊട്ടിപ്പെയ്യുന്ന മഴയുള്ള ഒരു രാത്രിയിൽ. അന്ന് പുഴ കലങ്ങി ഒഴുകി. അടിയിൽ വർഷങ്ങളായി അടിഞ്ഞുകൂടിയിരുന്ന അഴുക്കും ചേറുമെല്ലാം അന്ന് പതഞ്ഞൊഴുകിപ്പോകുന്നത് പിറ്റേ പ്രഭാതത്തിൽ കണ്ടു. ആ രാത്രിയിൽ ഉറക്കത്തിനിടയിൽ, മഴയത്തുനിന്നു വന്ന ഒരു മൈന ഹൃദയത്തിലേക്കു പറന്നുകയറി. ഈ സംജ്ഞകളെല്ലാം കാണിച്ച് അർത്ഥം വിവരിച്ചുകൊടുത്തു. ബാർജ് പൊട്ടായി മറഞ്ഞു. ചെറുപ്പക്കാരനും അവന്റെ ഹസ്തമുദ്രയും ഓളപ്പാത്തികളിലെ ഒരു നൊമ്പരംപോലെ മറഞ്ഞു.

അവളെഴുന്നേറ്റു. പുഴയോട് കുറേക്കൂടി അടുത്തുചെന്നു നോക്കി. ഉണ്ട്. പഴയ നിറങ്ങളുടെ ലോകം, തിളങ്ങുന്ന രശ്മികൾ അവയിൽ ചായം കോരിയൊഴിച്ചുകൊണ്ടുനിന്നു. ഒരിക്കൽക്കൂടി എല്ലാം മറന്ന് വിരൽ താഴ്ത്തി. ബാർജ് തുപ്പിയ പെട്രോൾ വല നടുവേ കീറി. അടിയിൽ നഗ്നമായ ജലം നാണം കൊണ്ട് കിടന്നു പുളഞ്ഞു. അപ്പോഴാണതു കാണുന്നത്.

നൂറു നൂറു കൂത്താടികൾ. കൊതുകിന്റെ കുഞ്ഞുങ്ങൾ. അവ പുളഞ്ഞു രസിക്കുകയായിരുന്നു. മുകളിൽ തങ്ങിക്കിടക്കുന്ന പാടയുടെ എരിവുള്ള ഗന്ധം നുകർന്നെടുക്കാൻ പാടുപെടുകയായിരുന്നു.

കൈയുയർത്തി പാട വീണ്ടും കൂടിച്ചേർത്തു.

പ്രപഞ്ചസൗഭാഗ്യങ്ങൾ മുഴുവനും ആ ചെറുകീടങ്ങൾക്കായി നീക്കി വയ്ക്കപ്പെട്ടിരിക്കുന്നു എന്നവൾ ഉറപ്പിച്ചു. ഇത്ര സൗന്ദര്യമുള്ള ഒരു അങ്കവസ്ത്രം മറ്റാർക്കു കിട്ടും?

വസ്ത്രങ്ങളോടുള്ള കമ്പം അന്നും മാറിയിരുന്നില്ല.

മടങ്ങിപ്പോന്നു. പിന്നെ പല പ്രഭാതങ്ങളിലും പുഴക്കടവിൽ ആശയോടെ ചെന്നിരുന്നു. രാത്രിയിൽ ബാർജുകളും ബോട്ടുകളും തുടിച്ചു പോയിരുന്നു.

അവ വിസർജ്ജിച്ചിട്ടുപോയ നിറമുള്ള വലകൾ നിശ്ചലമായ ജലപ്പരപ്പിൽ അങ്ങിങ്ങായി വിരിഞ്ഞു കിടക്കുന്നത് ആ പെൺകുട്ടി കൗതുകത്തോടെ നോക്കിക്കണ്ടു. പ്രകാശമെത്തിയതോടെ പുഴയിലെ ചെറുമത്സ്യങ്ങളോടൊപ്പം അവയ്ക്കും ജീവൻവച്ചു.

രാത്രിയിൽ മത്സ്യങ്ങളും കൂത്താടികളും എല്ലാം പുഴയുടെ അടിത്തട്ടിൽ പോയിക്കിടന്ന് സുഖമായുറങ്ങും എന്നായിരുന്നു അവളുടെ ധാരണ.

പുഴവക്കത്തുള്ള ആ പഴയ മാളികയുടെ മുകളിലത്തെ നിലയിലിരുന്ന്, മാറാലപിടിച്ച ജനാലക്കമ്പികൾക്കിടയിലൂടെ, ഒഴുകിയകലുന്ന ജലോപരിതലവും നോക്കി നിൽക്കുന്ന ഒരുത്തിയായി അവൾ മാറിക്കഴിഞ്ഞിരുന്നു.

പുഴയിൽകൂടി വീണ്ടും പല പ്രാവശ്യം ചേറ് കുത്തിക്കലങ്ങി ഒഴുകിപ്പോയി. ആദ്യമൊക്കെ അതു കാണുമ്പോൾ ഭയവും വെറുപ്പും തോന്നിയിരുന്നു. ക്രമേണ നിത്യജീവിതത്തിന്റെതന്നെ ഒരു ഭാഗമായി ആ കാഴ്ചകളെല്ലാം രൂപാന്തരപ്പെട്ടു. അന്നെങ്ങും വസന്തകാലം എന്നൊന്ന് അവൾ കണ്ടിരുന്നതേയില്ല.

ഒരു മഞ്ഞുകാലത്ത് ആ കന്യക പുഴക്കരയിൽ ഉണങ്ങിയ തവിട് മത്സ്യങ്ങൾക്ക് എറിഞ്ഞുകൊടുത്തുകൊണ്ടു നില്ക്കുകയായിരുന്നു. അതിരാവിലെ ഉണർന്നു കണ്ണുംതിരുമ്മി വരുന്ന മീനുകൾ അത് ആർത്തിയോടെ കൊത്തിത്തിന്നുന്നതു രസമുള്ള ഒരു കാഴ്ചയായിത്തോന്നി.

ക്രമേണ വെയിൽവന്നു. കട്ടികൂടിയ നിറപ്രപഞ്ചങ്ങൾ മുകൾത്തട്ടിൽ പ്രത്യക്ഷപ്പെടുന്നതും അവയ്ക്കടിയിൽ പുളഞ്ഞു രസിക്കുന്ന കൂത്താടികൾ കൈകൾ പൊക്കി നൃത്തം വെയ്ക്കുന്നതും നോക്കി അങ്ങനെ നിൽക്കുമ്പോൾ പിറകിൽനിന്നും ഒരു ശബ്ദം കേട്ടു:

"നിന്റെ ചപല വികാരങ്ങൾ,

കൗമാര സ്വപ്നങ്ങൾ–"

ഞെട്ടിത്തിരിഞ്ഞുനോക്കി. ആയിടെ തന്റെ വീട്ടിൽ പഠിക്കാനായി വന്നു താമസിച്ചിരുന്ന ചെറുപ്പക്കാരനായിരുന്നു അത്. അമ്മയുടെ

സഹോദരന്റെ മകൻ. ഏതോ മത്സരപ്പരീക്ഷയ്ക്ക് പഠിക്കാനായാണ് ടൗണിൽനിന്നു വന്ന അയാൾ അവിടെ താമസിച്ചുകൊണ്ടിരുന്നത്. അയാളുടെ പരുഷശബ്ദത്തിലും കറുത്ത നോട്ടത്തിലും അവൾക്ക് അന്നാദ്യമായി ലജ്ജ തോന്നി. കൈവെള്ളയിൽനിന്ന് തവിട് പറന്ന് കാറ്റിൽ ലയിച്ചു. ജലത്തിൽ, മത്സ്യങ്ങൾ നിരാശരായി പിരിഞ്ഞു പോയി.

"ചപലവിചാരങ്ങളോ?" അവൾ ചോദിച്ചു.

"അതെ." അയാൾ പറഞ്ഞു.

"എന്ത്?"

"ആ കൂത്താടികൾ."

പിന്നെ ഒന്നും മിണ്ടിയില്ല. അപ്പോൾ അവളുടെ തോളിൽ കൈവച്ചു കൊണ്ട് അന്നേവരെ എങ്ങും കേട്ടിട്ടില്ലാത്ത ഒരു പ്രത്യേകശബ്ദത്തിൽ അയാൾ മന്ത്രിച്ചു: "അവയ്ക്കുമേൽ വന്നുവീണ പെട്രോൾ വലയാകാൻ ഞാൻ മോഹിക്കുന്നു."

ഹൃദയം തുടിച്ചു. കാഴ്ച കുറഞ്ഞുകൊണ്ടിരിക്കുന്നതായി തോന്നി.

തോളിൽ ബ്ലൗസ് മറയാത്തയിടത്ത് വന്നുവീണ കൈകൾ ശരീരം പിളർന്ന് വയറിന്റെ താഴെവരെയെത്തിച്ചേർന്നു.

അവൾ അയാളുടെ കണ്ണുകളിലേക്ക് സൂക്ഷിച്ചു, സൂക്ഷിച്ച് നോക്കി നിൽക്കുമ്പോൾ, പ്രപഞ്ചം അതിവേഗം ഭ്രമണം ചെയ്തുകൊണ്ടിരുന്നു.

പുഴ കൂടുതൽ ശക്തിയിലൊഴുകി. കൂലംകുത്തിയൊഴുകുന്ന ഒരു മഹാസാഗരമായിത്തന്നെ അതു രൂപാന്തരപ്പെട്ടു. ചുവന്നു കലങ്ങിയ മല വെള്ളം ആദ്യം ഒഴുകിപ്പോയി. പുറകേ ജലത്തിന്റെ അവസാനത്തെ പാച്ചിൽ ആരംഭിച്ചു.

അവൾ കണ്ണടച്ചുപോയി.

അടഞ്ഞ കൺപോളകൾക്കുമേൽ നനവുള്ള ഒരു ചൂടു വന്നുവീണു. ഹൃദയത്തിന്റെ മുഖവുമടഞ്ഞു. അടഞ്ഞു കിടന്ന ഹൃദയം പതിഞ്ഞ ശബ്ദത്തിൽ പാട്ടുകൾ മൂളി. അത് ഏറ്റുമൂളാൻ ഈ ലോകം മുഴുവൻ മുന്നോട്ടുവന്നു. അവളുടെ കൺപോളകളെ സ്പർശിച്ചുകൊണ്ട് ദിവസ ങ്ങളും ആഴ്ചകളും മാസങ്ങളും പുറകോട്ടോടി മറഞ്ഞു. പുല്ലാംകുഴ ലിൽനിന്നുള്ള നേരിയ ഗാനധാര ചെവികളിൽ വന്നു നിറഞ്ഞു.

കൈനീട്ടി മുറുകെപ്പുണർന്നു.

അപ്പോൾ–

എന്തോ ഒന്ന് കൈകളിൽനിന്ന് വഴുതി മാറുന്നതായും പകരം കനം കൂടിയ ശൂന്യത നെഞ്ചിന്മേൽ വന്നാഞ്ഞടിക്കുന്നതായും അവൾക്കു തോന്നി.

വേദനയോടെയാണെങ്കിലും കണ്ണുതുറന്നു ചുറ്റും നോക്കുമ്പോൾ–

താൻ മുറിക്കുള്ളിലാണ്.

ഏകാകിനിയാണ്.

വീട് ശൂന്യമാണ്.

പരിഭ്രമത്തിൽ പുറത്തേക്ക് കണ്ണയച്ചു.

ബദാംവൃക്ഷങ്ങൾ പൂവണിഞ്ഞു നിൽക്കുന്നു. പുഴയിലേക്കു ചാഞ്ഞു നിൽക്കുന്ന നായിൻകണകൾ ആകെ പൂത്തു അന്തരീക്ഷത്തിലെവിടെയും മണം പരത്തുന്നു. കടലാവണക്കുകൾ ധൃതിപ്പെട്ട് ചേല ചുറ്റുന്നു. നിലാവ് ഇറ്റിവീഴുന്നു.

വേലിക്കൽ തോറും മുകുളങ്ങൾ, മുകുളങ്ങൾ വിരിഞ്ഞ പുഷ്പ ങ്ങൾ. കോടിക്കണക്കിന് കിളികൾ നിരനിരയായിരുന്ന് ഭൂപാളരാഗം ആല പിക്കുന്നു.

ഒടുവിൽ ഇതാ ഒരു വസന്തം!

ഒരു തണുത്ത വസന്തം!

കഴിഞ്ഞ വസന്തകാലത്തിൽ, ഞാൻ, ഇതെഴുതുന്ന ഞാൻ, ഒരു കലാ ശാലാബിരുദവും താങ്ങിക്കൊണ്ട്, ജോലിയൊന്നുമില്ലാതെ അലഞ്ഞു നടന്നു കൊണ്ടിരുന്നു. മുതലാളി ഹോട്ടലിൽനിന്ന് എന്നെ പുറത്താക്കി.

എന്റെ ഗ്രഹപ്പിഴ!

തൊടുന്ന പാത്രങ്ങൾ എല്ലാം കൈയിൽനിന്ന് വീണുടയുന്നു. ഗ്ലാസ് കഴുകാൻ നിൽക്കുകയായിരുന്നു അന്നു ഞാൻ. ഓരോ ഗ്ലാസ്സും ഉടയു മ്പോൾ, കേൾക്കാൻ ഇമ്പമുള്ള ഒരു ശബ്ദം ഉയരുന്നു. എന്റെ ഉള്ളു പിടയ്ക്കുന്നു. മുതലാളി കണക്കു പുസ്തകത്തിന്റെ അകത്തെ കവറിൽ എന്റെ പേരിനു താഴെ–“60 പൈസ” എന്ന് കുറിക്കുന്നു. ഒടുവിൽ ശമ്പള മില്ലാതെ, അങ്ങോട്ടു പണം കൊടുക്കേണ്ടി വന്നപ്പോൾ മുതലാളി എന്നെ പിടിച്ചു പുറത്താക്കി. പിടലിക്കു പിറകിൽ ഒരടിയും തന്നു.

ഞാൻ തൊടുന്ന ചില്ലുപാത്രങ്ങളെല്ലാം ഉടഞ്ഞുപോവുന്നു. എന്തു ചെയ്യാൻ?

അങ്ങനെ, നഗരങ്ങളിൽനിന്നും ഗ്രാമങ്ങളിലേക്കും, ഗ്രാമങ്ങളിൽ നിന്നും വനാന്തരങ്ങളിലേക്കും ഞാൻ തീർത്ഥയാത്ര തുടങ്ങി. വിശപ്പും ദാഹവും നല്ലതുപോലെയുണ്ട്. ആരും എനിക്കൊന്നും തന്നില്ല. വഴിയിൽ കണ്ട പൈപ്പുകളിലൊന്നും വെള്ളമുണ്ടായിരുന്നില്ല. രണ്ടു വറ്റിന്റെ ചോറു പോലും എനിക്കായി എച്ചിൽപ്പട്ടികൾ അവശേഷിപ്പിച്ചിരുന്നില്ല. അല കടലിനു നടുവിൽപ്പോയിരിക്കുന്ന മുക്കുവരെയും കാത്ത്, നിലാവിൽ ഉറക്കം തൂങ്ങിനിന്നിരുന്ന കറുത്തമ്മമാർ എന്നോട് എവിടെപ്പോകുന്നെന്നു ചോദിച്ചു. മരുഭൂമികളുടെ നടുവിൽ രാത്രി നൽകിയ തണുപ്പുമേറ്റ് ഇണ

ചേർന്നുനിൽക്കുന്ന ഒട്ടകങ്ങൾ എന്റെ കാലിൽ സ്നേഹപൂർവ്വം നക്കി. ഏകാന്തരജനികളിൽ, ആകാശത്ത് ഒരൊറ്റ താരംപോലും ഇല്ലാത്ത തണുത്ത മാത്രകളിൽ, അകത്തു കുപ്പികൾ പൊട്ടുന്നതിന്റെയും, ജമന്തിപ്പൂക്കൾ ഞെരിഞ്ഞു നശിക്കുന്നതിന്റെയും ശബ്ദം കേട്ടുകൊണ്ട്, റസ്റ്റ്ഹൗസുകളുടെ മുറ്റത്തെ പൂച്ചെടികളുടെ ദ്രവിച്ച കിഴങ്ങു മാന്തിത്തിന്ന് ഞാൻ വിശപ്പടക്കി. അകത്തുനിന്നു തെറിച്ചുവീണ കുപ്പികളുടെ അടപ്പിന്മേൽ പറ്റിനിന്ന ഒരു തുള്ളി അമൃതിൽ, നിരാശനായ ഏതോ കാമുകന്റെ പോക്കറ്റടിച്ചു കിട്ടിയ വിഷം ധാരാളമായി കലർത്തി മോന്തി. എന്നിട്ടും വിശപ്പു പോയില്ല. ദാഹം തുടിച്ചുകൊണ്ടുതന്നെനിന്നു. എനിക്കു കിടന്നുറങ്ങാൻ സ്ഥലം ഇല്ലായിരുന്നു. ഞാൻ കിടന്ന കടത്തിണ്ണയിൽ രാത്രി സ്വൈര്യമുണ്ടായിരുന്നില്ല. പെൺപട്ടികൾ തീരെ ഇല്ലാതെയിരുന്ന ഞങ്ങളുടെ പ്രദേശത്ത് ആൺപട്ടികൾ ആൺപട്ടികളുടെ വാലിന്മേൽ മൂക്കുമുട്ടിച്ചു ബഹളമുണ്ടാക്കി ഉറക്കം കെടുത്തുക സാധാരണമായിരുന്നു.

കഴിഞ്ഞ വസന്തം എന്നെ സംബന്ധിച്ചിടത്തോളം ഇങ്ങനെയൊക്കെ ആയിരുന്നു. ഒരു രാത്രിയിൽ ഞാൻ അലഞ്ഞലഞ്ഞ് പുഴവക്കത്തെത്തി. പഞ്ചാരമണലിൽ കട്ടപിടിച്ച ഇരുട്ടുകിടന്നോളം തല്ലി. മണലിൽ നടന്നു കാൽ കഴച്ചപ്പോൾ ഒരു വലിയ ഇരുനിലമാളികയുടെ നിഴൽകണ്ട് അങ്ങോട്ടു കടന്നുചെന്നു.

ആ നട്ടപ്പാതിരയ്ക്കു ഞാൻ അവളെക്കണ്ടു. എനിക്കതിശയം തോന്നിയില്ല.

പുഴയിൽ ശബ്ദങ്ങളും മത്സ്യങ്ങളും ഉറങ്ങിക്കിടന്നു.

കരയിൽനിന്നു പുഴയിലേക്കു കെട്ടിയിറക്കിയിരിക്കുന്ന കൽപ്പടവുകളിൽ എന്നെക്കൊണ്ടിരുത്തിയിട്ട് ആ പെൺകുട്ടി അടുത്തിരുന്നു. അല്പം മുഷിഞ്ഞ സാരി, വെള്ള ബ്ലൗസ്, മുടി അഴിഞ്ഞുലഞ്ഞു കിടന്നു.

അവൾ പറഞ്ഞു: "എന്റെ പാവാടകൾക്കൊന്നിനുപോലും ഇന്നു നിറമില്ല. എല്ലാം മങ്ങിപ്പോയിരിക്കുന്നു."

ഞാൻ ശ്രദ്ധിക്കുന്നതേയില്ല എന്നു കണ്ടപ്പോൾ അവൾ കൈത്തലത്തിൽ മുഖം ചേർത്തു തേങ്ങിക്കരഞ്ഞു. എനിക്കു വിശപ്പും ദാഹവും ഉണ്ടായിരുന്നു. അവളുടെ കഥ കേൾക്കണമെങ്കിൽ എന്റെ വിശപ്പും ദാഹവും ആദ്യം മാറ്റണം എന്നു ഞാൻ ആവശ്യപ്പെട്ടു. അവൾ അതു രണ്ടും കോപത്തോടെ മാറ്റിത്തന്നപ്പോൾ, എനിക്കു സമാധാനമായി. കഥ മുഴുവൻ പറഞ്ഞുകഴിഞ്ഞപ്പോഴേക്കും കിഴക്ക് ആദ്യവെളിച്ചം കാണാമായിരുന്നു. എങ്കിലും ജലപ്പരപ്പിൽ അപ്പോഴും ഇരുട്ട് മാറിയിരുന്നില്ല.

എനിക്ക് ഉറക്കത്തിന്റെ ക്ഷീണമില്ലായിരുന്നു. ഉറക്കമൊഴിക്കൽ ശീലമായിരുന്നല്ലോ. എന്നാൽ വളരെ വർഷങ്ങൾക്കുശേഷം വിശപ്പും ദാഹവും

മാറിയതിന്റെ സുഖംകൊണ്ടാവണം, നേരിയ മയക്കം വരുന്നുമുണ്ടായിരുന്നു. നിറമുള്ള പാവാടകൾ കൗമാരം തുടിച്ച കൂത്താടികൾ, അവയ്ക്കു മേലേക്കു വന്നു വീണ വർണ്ണസാമ്രാജ്യങ്ങൾ, എല്ലാം അവ്യക്തമായി ഉള്ളിലൂടെ കടന്നു പോയി. എങ്കിലും എവിടെയോ ഒരു അപൂർണ്ണതയുള്ളതായി തോന്നുകയും ചെയ്തു.

ഒരു ചങ്ങാടം ഓളങ്ങൾ ഇളക്കി തുഴഞ്ഞുവരുന്നതു കണ്ടു. കിഴക്ക് മലയിൽ നിന്ന് ഈറ്റയും വെട്ടിക്കയറ്റി ഒഴുകിവരുന്നതാവും. ഞങ്ങളുടെ പടിക്കു മുന്നിലെത്തിയപ്പോൾ ചങ്ങാടം തുഴയുന്നയാൾ ഒരു തീക്കൊള്ളിയുരസി ബീഡി കത്തിച്ചു. പകുതി കത്തിയ കൊള്ളി അവൻ ജലപ്പരപ്പിലേക്കെറിഞ്ഞു. അതു വീണ സ്ഥലത്ത് ഒരദ്ഭുതം കണ്ടു.

ഒരു ജ്വാല. ഒരു നീലജ്വാല.

"ഇതെങ്ങനെ?" ഞാൻ ചോദിച്ചുപോയി.

"അറിയില്ലേ?" ദുഃഖം മുഴങ്ങുന്നസ്വരത്തിൽ അവളന്വേഷിച്ചു.

"ഇല്ല. പറഞ്ഞുതരൂ." ഞാൻ നിർബ്ബന്ധം പിടിച്ചു.

"ആ പെട്രോൾവല അവിടെത്തന്നെ മയങ്ങിക്കിടക്കുന്നുണ്ടാവും. നമ്മൾ കാണുന്നില്ല എന്നേയുള്ളൂ."

"അങ്ങനെയോ?"

"അതെ." അവൾ പറഞ്ഞുതന്നു: "ആ തീക്കൊള്ളി വീഴുന്ന തോടെ ഒരു ജ്വാലയുണ്ടാകുന്നു. വെള്ളത്തിന് തീപിടിക്കുന്നു. ഒപ്പം മണവും വർണ്ണവുമുള്ള ആ വലയും നശിക്കുന്നു. കത്തിയില്ലാതെയാകുന്നു."

"കഷ്ടം!" ഞാൻ വെറുതേ സഹതപിക്കുന്നതായി നടിച്ചു. "കൂത്താടികളോ?"

"അവ ആ വലയ്ക്കു കീഴേതന്നെയുണ്ടാകും. ചെറുപ്പത്തിൽ എന്റെ ധാരണ അവയെല്ലാം പുഴയുടെ അടിത്തട്ടിൽ പോയിക്കിടന്ന് ഉറങ്ങും എന്നായിരുന്നു. തെറ്റ്. ഈ വല വീണുകഴിഞ്ഞാൽ പിന്നെ അവയ്ക്കുറക്കമേയില്ല. തീപിടിക്കുന്നതോടെ അവയും വെന്തു മരിക്കുന്നു."

ഞാൻ ഖേദം അഭിനയിച്ചു. താഴേക്കു താഴേക്കൊഴുകിപ്പോകുന്ന പുഴയിലേക്ക് കണ്ണയച്ചു. പുഴ പ്രഭാതത്തിന്റെ നേർത്ത ഒരു ബിന്ദുവിൽപ്പോയി അവസാനിക്കുന്നു. നരച്ച രാത്രിയുടെ ഒരു ബിന്ദുവിൽനിന്ന് ആരംഭിക്കുന്നു.

-ഒരു കണ്ണുനീർച്ചാലുപോലെ-ഇരുട്ടിൽ ഇടയ്ക്കിടെ ജ്വാലകൾ നിർമ്മിച്ചുരസിച്ചുകൊണ്ട് ചങ്ങാടം വിദൂരതയിൽക്കൂടി നീങ്ങിപ്പോവുന്നതു കാണാം.

"ആ തീക്കൊള്ളി?" - ഞാൻ കൗതുകത്തോടെ അന്വേഷിച്ചു.

"എന്താണെന്നാണോ? എവിടെനിന്നു വരുന്നു എന്നാണോ? നീതന്നെ അതൊന്നു പറയൂ." അവൾ പരിഹാസത്തോടെ പുഞ്ചിരിച്ചു. "വഴിയാത്ര ക്കാരാ! അതിനുപോലും നിനക്കു ബുദ്ധിയില്ലേ?"

പിന്നെയും അവളുടെ പുഞ്ചിരി മാഞ്ഞു.

എനിക്കു ചിന്തിക്കാൻ മടിയായിരുന്നു. അതുകൊണ്ട് ഒരു വെറും വിഡ്ഢിയെപ്പോലെ ഇരുന്നു ചിരിച്ചു. അവൾ പറഞ്ഞ കഥയെ പുച്ഛിച്ചു തള്ളി. ആ പെൺകുട്ടി പിന്നെയൊന്നും മിണ്ടിയില്ല.

പ്രഭാതം എത്തുന്നതിനുമുൻപ്, പുഴയിൽ വേലിയേറ്റം ഉണ്ടായി. ഞങ്ങൾ ഇരുന്ന പടിവരെ വെള്ളം കയറിവന്നു.

"പോകൂ." അവൾ എന്നോട് ആജ്ഞാപിച്ചു: "ഏകാന്തപഥികാ, നിന്റെ വഴിക്കു പോകൂ!"

മഞ്ഞുകാലത്തെ കാക്ക

കാടലിനു മുകളിലേക്കു പറന്നു പോകുന്ന പാമ്പിനെപ്പോലെ കടൽപ്പാലം. കടൽക്കരയിൽ ചൊരിമണലിൽ ഉരിഞ്ഞെറിഞ്ഞ ഉറപോലെ ഞാൻ.

സന്ധ്യവീഴും. ഇരുട്ടു പറക്കും. ഞാൻ പാലത്തിനു മേലേക്കു നടന്നു ചെല്ലും. അറ്റത്തെത്തി കടലിലേക്കു കുതിച്ചുചാടും.

ശവംപോലും ആരും കാണാൻ പോകുന്നില്ല എന്നാണ് എന്റെ ഏറ്റവും വലിയ സന്തോഷം. എല്ലാവരും അതു പറഞ്ഞു ദുഃഖിക്കും. പാവം! ശവംപോലും കണ്ടുകിട്ടിയില്ല.

വെള്ളത്തിനു മുകളിൽ ജീവനോടെനിന്ന ഞാൻ, വെള്ളത്തിൽ വീണ് ജീവൻ വലിച്ചെറിയുന്നത്, അകലെ നിന്ന് ആരെങ്കിലും കാണാനിടയുണ്ട്. എങ്കിൽ വലയും വള്ളവും മുങ്ങൽവിദഗ്ദ്ധന്മാരും എത്തും. എന്റെ ശവം തിരയാൻ മുങ്ങിമുങ്ങി, മുങ്ങൽക്കാരുടെ ശ്വാസകോശം വിടരും. അവരുടെ മൂക്കും കണ്ണും ചുവക്കും. വല കുതിർന്ന് വീർക്കും. വള്ളക്കാരുടെ കൈകളിലെ പേശികൾ നോവും. എല്ലാവരും ശ്രമം ഉപേക്ഷിച്ച് അവരവരുടെ വീട്ടിലേക്കു പോകും.

ഇവിടെ എന്തുകൊണ്ട് ആരും കാറ്റുകൊള്ളാനുള്ള ബീച്ചാക്കി മാറ്റിയില്ല? ബീച്ചായി മാറുന്ന കടൽക്കരയുടെ പ്രത്യേകതകൾ എന്തൊക്കെയാണെന്ന് ആരെങ്കിലും എനിക്കൊന്നു പറഞ്ഞുതന്നാൽ വേണ്ടില്ലായിരുന്നു. ഇവിടെയും കടലുണ്ട്. വെള്ളം അടിച്ചു കയറുന്ന മണലുണ്ട്. കടലിനു മുകളിൽ സൂര്യനുണ്ട്. കരയേയും കടലിനേയും തമ്മിൽ കൂട്ടിക്കെട്ടുന്ന കാറ്റുണ്ട്. കരയിൽ തെങ്ങുകളിൽ കാക്കകളും കാക്കകൾക്കു ചോട്ടിൽ തണലുകളും കുടിലുകളും ഒക്കെയുണ്ട്.

ഞാൻ ഒരു വലിയ ഭാഗ്യശാലിയാണ്. ബീച്ചായിരുന്നെങ്കിൽ ഇവിടെയും എനിക്കിരിക്കാൻ പറ്റില്ലായിരുന്നു. റോഡിൽ കാറുകൾ കണ്ടേനേ. കാറുകളിൽനിന്ന് ശുംഭന്മാരായ പുരുഷന്മാരും അവരുടെ ഭക്ഷണം വാങ്ങിത്തിന്ന് അവരോടൊട്ടി നടന്ന് മറ്റു പുരുഷന്മാരുടെ ദാഹം വർദ്ധിപ്പിക്കുന്ന നന്ദികെട്ട കാമരൂപിണികളും ഇറങ്ങിവന്നേനേ. ആൾത്തിരക്കു കുറയുകയേ ഇല്ലായിരുന്നു. എന്റെ ഭാഗ്യം. ഇവിടം ബീച്ചായില്ലല്ലോ.

ഒരിക്കൽ ഞാനും രാജമ്മയും കൂടി ഇവിടെ വന്നു. വെറുതെ കടൽക്കര യിലൂടെ തെണ്ടി നടക്കുന്ന രണ്ടു കൊച്ചുകുട്ടികളെപ്പോലെ. തികച്ചും ലാഘവപൂർണ്ണമായ ഒരു നടപ്പിന്റെ അന്ത്യത്തിലായിരുന്നു. ഈ കടൽപ്പാലത്തിനു മുകളിൽനിന്ന് ചാടിയായിരിക്കും ഞാൻ ആത്മഹത്യ ചെയ്യുന്നത്, ഞാൻ പറഞ്ഞു. നമുക്ക് ഇവിടെനിന്നു പോകാം, രാജമ്മ പറഞ്ഞു. കണ്ണടച്ചുകൊണ്ട് നടക്കണം, ഞാൻ പറഞ്ഞു, നന്നായി മദ്യപി ച്ചിരിക്കണം. ഏതു ചുവടുവയ്പാണ് മരണത്തിലേക്കുള്ളത് എന്ന് എണ്ണി ക്കൊള്ളണം. ഒന്ന്... രണ്ട്... മൂന്ന്... എന്നിങ്ങനെ. ഒറ്റസംഖ്യ എണ്ണു മ്പോഴാണ് താഴെ വീഴുന്നതെങ്കിൽ, എന്റെ മരണം നിന്റെ ജീവിതത്തിൽ ഒരു സംഭവമേ ആയിരിക്കില്ല എന്നർത്ഥം. ഇരട്ടസംഖ്യയാണെങ്കിൽ, എവിടെയാണെങ്കിലും എന്റെ മരണവാർത്ത അറിഞ്ഞാലുടൻ നീയും ഒപ്പം ആത്മഹത്യ ചെയ്യും എന്ന് അർത്ഥമെടുക്കും. ഞാൻ വിശദീക രിച്ചു. നമുക്ക് ഇവിടെനിന്നും പോകാം, രാജമ്മ പറഞ്ഞു. അവൾ മൂക്കു പൊത്തി. ഇവിടം നാറുന്നു. അവൾ ചൂണ്ടിക്കാട്ടിയ ഇടത്തേക്ക് ഞാൻ നോക്കി. വെള്ള മണലിൽ അവിടവിടെയായി മലത്തിന്റെ വലിയ പൂവു കൾ. ഇന്നും ആ പൂക്കൾ അവിടെയുണ്ട്.

ഇന്നലെ വിടർന്ന പൂവുകൾ ഇന്നലെ കൊഴിയുന്നു. ഇന്നത്തെ പൂക്കൾ ഇന്നും. ഞാനും രാജമ്മയും ദാമുവും വർഗ്ഗീസും ജയരാജും സണ്ണിയും ഷീലയും ഫ്രഡറിക്കും എല്ലാവരും ഇന്നു വിടർന്ന മഞ്ഞപ്പൂ ക്കളാണ്. എല്ലാവരും ഇന്നുതന്നെ കൊഴിഞ്ഞേ പറ്റൂ. ഞാൻ നേരത്തേ പോകുന്നു എന്നുമാത്രം.

ഞാൻ എന്തിന് ആത്മഹത്യ ചെയ്യണം? രാജമ്മ എന്നെ വഞ്ചിച്ചതു കൊണ്ടോ? ഒരിക്കലുമല്ല. ഒരു ഭാര്യയ്ക്കും ഒരു ഭർത്താവിനെ വഞ്ചി ക്കുക സാദ്ധ്യമല്ല; ഒരു ഭർത്താവിന്, ഒരു ഭാര്യയെ വഞ്ചിക്കാൻ കഴിയാ ത്തതുപോലെതന്നെ. ഒരു മനുഷ്യന് മറ്റൊരു മനുഷ്യനെ വഞ്ചിക്കാൻ എങ്ങനെ സാധിക്കും എല്ലാവരുടെയും കാൽപ്പത്തികൾ, പരസ്പരവഞ്ചന യുടെ ചതുപ്പുനിലത്തിൽ പൂഴ്ന്നുനിൽക്കുമ്പോൾ? അതുകൊണ്ട് എന്റെ ഭാര്യേ, എന്റെ പാവം രാജമ്മേ, അബദ്ധവശാൽ നീ എന്റെ ശവം കണ്ടു പോയാൽ, എന്റെ മരണവാർത്ത നിനക്കു വിശ്വസിക്കേണ്ടിവന്നാൽ, നീ വഞ്ചിച്ചതുകൊണ്ട് ഹൃദയം തകർന്നാണ് നിന്റെ ഭർത്താവ് മരിച്ച തെന്നുമാത്രം ധരിച്ച് അഹങ്കരിക്കരുത്.

കടൽപ്പാലം ആടുന്നു എന്നെനിക്കു തോന്നുന്നു. സൂക്ഷിച്ചുനോക്കു മ്പോൾ, ശരിയാണ്. കടൽപ്പാലം മാത്രമല്ല, കടലും ആടുന്നുണ്ട്. കടൽ മാത്രമല്ല, കരയും ആടുന്നുണ്ട്. കര മാത്രമല്ല, കരയിലെ തെങ്ങുകളും ആടുന്നുണ്ട്. തെങ്ങിൻതലപ്പുകളും തെങ്ങോലയിലെ കാക്കകളും കുടിലു കളും കുടിലുകൾക്കുള്ളിലെ മനുഷ്യരും മനുഷ്യർ വിസർജ്ജിച്ച മഞ്ഞ ക്കൂനകളും, മഞ്ഞക്കൂനകളെ തൊട്ടുരുമ്മിവരുന്ന മന്ദമാരുതനും മന്ദ മാരുതൻ തഴുകുന്ന ഞാനും എന്റെ ചോട്ടിലെ മണൽത്തരികളും ഒക്കെ

ആടുന്നുണ്ട്. ഇത് എന്റെയും മരണനൃത്തമായിരിക്കും. ഭൂമിയും ആകാശവും എന്റെ വേർപാടിൽ ആഹ്ലാദിക്കുന്നുണ്ടാവാം. രാജമ്മാ, ഒരുപക്ഷേ നീയും മുടിയുലച്ച്, മുലയുലച്ച് ഉരുകിയൊഴുകുന്ന കണ്ണുനീരോടെ, ഉതിരുന്ന നിലവിളികളോടെ, നീ ആനന്ദനൃത്തം ആടുന്നതു കാണുമ്പോൾ, എല്ലാവരും സന്തോഷിക്കും: പാവം പെണ്ണ് അവളുടെ ഒരു ദുർവിധി. നീ ദുഃഖിക്കുന്നു എന്ന് അവരെല്ലാം തെറ്റിദ്ധരിക്കും. നീപോലും തെറ്റിദ്ധരിക്കും. അവർ സന്തോഷിക്കും. അവരെ കബളിപ്പിക്കാൻ കഴിഞ്ഞതിൽ നീയും സന്തോഷിക്കും. കുട്ടികളൊന്നും ഇല്ലാത്തതു ഭാഗ്യം! ആൾക്കാർ ദുഃഖിക്കും. അതിസുന്ദരിയല്ലേ പെണ്ണ്? ആരെങ്കിലും കൊള്ളാവുന്നവർ വന്നു കെട്ടിക്കൊണ്ടു പൊയ്ക്കോളും.

ഇവർ തമ്മിൽ എങ്ങനെയാണടുത്തത്?

ആ പെണ്ണിന്റെ ഒരു തലയിലെഴുത്ത്. അല്ലാതെ എന്തു പറയാൻ?

രാജമ്മ കുറെക്കാലം ടൈപ്പ്റൈറ്റിംഗ് പഠിക്കാൻ പോയിരുന്നു. അന്നു അടുത്തതായിരിക്കും.

ആർക്കറിയാം.

ആർക്കുമറിയില്ല. പക്ഷേ എനിക്കറിയാം. പരീക്ഷയിൽ ക്ലാസ്സും റാങ്കും വാങ്ങി, ഒരു വലിയ മിടുക്കനെപ്പോലെ ഞാൻ വഴിയിലൂടെ നടക്കുമ്പോൾ, കണ്ണെഴുതി പൊട്ടിട്ട്, വിലപിടിച്ച തുണിയണിഞ്ഞ് അവൾ റോഡിലൂടെ നടക്കുമ്പോൾ, ആളൊഴിഞ്ഞ ബസ്സ്റ്റാന്റിൽ രണ്ടാളും ഒപ്പം, വരാത്ത ബസ്സിനേയും കാത്തുനിൽക്കുമ്പോൾ,

"എക്സ്ക്യൂസ്മീ. കണ്ടുപരിചയമുള്ളതുപോലെ തോന്നി. എറണാകുളത്താണോ വീട്?"

"അല്ല."

"എന്തു ചെയ്യുന്നു ഇവിടെ?"

"ടൈപ്പ്റൈറ്റിംഗ് പഠിക്കുന്നു."

വിടർന്ന ചിരിയോടെ, വിവശമായ മനസ്സോടെ ഒത്തു നടന്നു. അടുത്ത ബസ്സ്റ്റാന്റിലേക്കായിരുന്നുവോ?

കാറ്റുകൾക്കു ചോട്ടിലൂടെ-

"വീട്ടിൽ ആരൊക്കെയുണ്ട്?"

"ആരുമില്ല."

"ആരുമില്ലേ?"

"എല്ലാവരുമുണ്ട്." അവളുടെ ദുഃഖം: "പക്ഷേ, എനിക്കാരുമില്ല."

"അമ്മയില്ലേ?"

"അമ്മ നേരത്തേ മരിച്ചു. അച്ഛൻ ഇളയമ്മയെ കല്യാണംകഴിച്ചു. ഇളയമ്മയ്ക്ക് നാലു മക്കൾ. നാലും പെൺകുട്ടികൾ."

"പേര്?"

"രാജമ്മ."

"ഒരു കാപ്പി കഴിക്കാം."

"വേണ്ട."

വൈരങ്ങൾ ആണ്ടുകിടന്ന നദിയിൽനിന്ന് മുങ്ങിയുയർന്നവളായിരുന്നു അവൾ. അവളുടെ ദേഹം മുഴുവൻ വൈരങ്ങളായിരുന്നു.

നിലാവിന്റെ മുഖം മറച്ചുനിന്ന അവളോടു ചോദിച്ചു: "നാളെ വരുമോ?"

"വരണോ?"

"വരണം."

"എന്തിന്?"

"വരൂ, വരൂ."

വന്നു. എന്തിനാണവളെ നിർബന്ധിച്ചു വരുത്തിയത്? അവളിലേക്കലിഞ്ഞുചേരാൻ ഞാനെന്തിന് ബദ്ധപ്പാടു കാണിച്ചു? പിളർന്നു നിൽക്കുന്ന പെരുമ്പാമ്പിന്റെ വായിലേക്ക് ഓടിക്കയറിയ മുയലിനെപ്പോലെയാണ് എന്റെ ഇപ്പോഴത്തെ അവസ്ഥ എന്നു പിന്നീടു പറയാനോ?

ഞാൻ ചോദിച്ചു: "രാജമ്മയെ എനിക്കു തരാമോ?"

രാജമ്മ പറഞ്ഞു: "എന്റെ ഭാഗ്യം."

ചോദിച്ചതെന്നാണെന്നോ? കണ്ടതിന്റെ പിറ്റേന്ന്. കല്യാണം എന്നായിരുന്നുവെന്നോ? ചോദിച്ചതിന്റെ പിറ്റേന്ന്. ആരാണ്, ഏതാണ് എന്നൊന്നുമറിയാതെയുള്ള സ്വയംവരം. ഇന്നും എനിക്കറിയില്ല. ആരായിരുന്നു അവൾ? എന്തായിരുന്നു അവൾ? അവൾ എന്നോടും ഇതേ വാചകംതന്നെ പറഞ്ഞിട്ടുണ്ട്. നിങ്ങളെ എനിക്കിതേവരെ മനസ്സിലായിട്ടില്ല. വിവാഹം കഴിഞ്ഞ് ആറുമാസം തികയുന്നതിനു മുമ്പായിരുന്നു അവളതു പറഞ്ഞത്. എനിക്കു ചിരി വന്നു. ഇപ്പോഴും ഓർത്താൽ, ചിരിച്ചു പോകും. എന്റെ വിയർപ്പുതുള്ളികളും ജീവബീജങ്ങളും വലിച്ചുകുടിച്ച പെണ്ണേ! നിനക്കെന്നെയും എനിക്കു നിന്നെയും മനസ്സിലായില്ല എന്നത് എന്തു തമാശയാണ്? ഈ തമാശ മാത്രമല്ലേ, എന്നെക്കൊണ്ട് സ്വയം കൊല്ലിക്കുന്നത്? ആർക്കും ആരേയും മനസ്സിലാകുന്നില്ലെങ്കിൽപ്പിന്നെ, ആരെങ്കിലും ജീവിച്ചിരുന്നിട്ട് എന്തു പ്രയോജനം? ഓടിപ്പോകുന്ന തീവണ്ടിയാണ് നമ്മൾ. എനിക്കു തോന്നുന്നു. ഓരോ ആളും ഓരോ കമ്പാർട്ടുമെന്റുകൾ. പരസ്പരം ബന്ധിച്ചിരിക്കുന്ന ചങ്ങല എത്ര അവാസ്തവികമാണ്? എപ്പോഴും അറ്റുപോകാവുന്ന ഒരു കണ്ണിയല്ലേ, ബന്ധം എന്ന ചങ്ങലക്കൊളുത്ത്? എപ്പോഴാണ് പാളം തെറ്റിക്കൂടാത്തത്? എപ്പോഴാണ്

മറ്റെല്ലാ അറകളിൽനിന്നും കൂടുകളിൽനിന്നും വേർപെട്ട് നിത്യമായ അപാരതയിലേക്കു തെറിച്ചുപോയിക്കൂടാത്തത്?

ഇപ്പോൾ ഞാൻ മരിക്കുന്നത് എന്തിനെന്ന് നിനക്കു മനസ്സിലായിക്കാണുമോ? എന്തോ? മിക്കവാറും മനസ്സിലാകാതെ വഴിയില്ല. കാരണം എത്രമാത്രം കലാബോധം പ്രസംഗിച്ചാലും നീയൊരു പെണ്ണുതന്നെയാണല്ലോ.

എന്റെ കുടുംബം എന്ന കമ്പാർട്ടുമെന്റിൽനിന്ന് ഞാൻ വേർപെട്ട വലിയൊരു പാലത്തിനു മുകളിലൂടെ അതിദ്രുതം ഓടുകയായിരുന്നു ഞങ്ങളുടെ തീവണ്ടി. ഞാൻ ഒരു മിടുക്കനായിരുന്നു, എല്ലാത്തരത്തിലും. എന്നെച്ചൊല്ലി എല്ലാവരും അഭിമാനംകൊണ്ടിരുന്നു. അച്ഛനെന്ന കമ്പാർട്ടുമെന്റ് ആഹ്ലാദിച്ചു. അമ്മ എന്ന കമ്പാർട്ടുമെന്റ് അഹങ്കരിച്ചു. അനിയത്തിയും അനിയന്മാരും എന്നെച്ചൊല്ലി അഭിമാനംകൊണ്ടു. അപ്പോഴാണ് പാലത്തിൽനിന്ന്, പാളത്തിൽനിന്നു ഞാൻ തെറിച്ചുപോയത്. ഒരു കമ്പാർട്ടുമെന്റിലേക്ക് എന്നെ കൊളുത്തിനിർത്തിയിരുന്ന കണ്ണിമാത്രം അറ്റുപോകാതെ നിന്നു. അതു രാജമ്മാ, നീയായിരുന്നു.

"മറ്റ് ഏതുപെണ്ണിനെ വേണമെങ്കിലും അവൻ കെട്ടട്ടെ. ഞാൻ സന്തോഷത്തോടെ സമ്മതിക്കുമായിരുന്നു. ഇത്രയ്ക്കു ചീത്തപ്പേരുള്ള ഒരു പെണ്ണിനെ എടുത്തതിലാണ് എനിക്കു സങ്കടം" - അച്ഛൻ.

"എന്റെ മോന് ഇങ്ങനെയൊരു തലേലെഴുത്തായിപ്പോയല്ലോ. ആ വീട്ടുകാരെക്കുറിച്ച് ആർക്കാണ് നല്ല ഒരഭിപ്രായമുള്ളത്?" - അമ്മ.

"എന്റെ കൂടെ വരൂ. ഞാൻ തെളിവുകൾ തരാം. നീ നശിക്കുന്നത് ഞങ്ങൾക്കാർക്കും ഇഷ്ടമില്ലാത്തതുകൊണ്ട് പറയുകയാണ് മറ്റൊന്നും വിചാരിക്കരുത്" - മാത്യു. (സുഹൃത്ത്)

ഞാൻ ഒന്നും വിചാരിച്ചില്ല. ഞാൻ ഒന്നും ശ്രദ്ധിച്ചതുതന്നെയില്ല. എന്റെ ദേഹം മുഴുവൻ പൂവുകളായിരുന്നു. മഞ്ഞകലർന്ന, വെളുപ്പുനിറമുള്ള, കുഞ്ഞുപൂവുകൾ. അവ എന്റെ ഓരോ രോമകൂപങ്ങളിലും വിടർന്നുനിന്നു. രക്തക്കുഴലുകളിലൂടെ ഒഴുകിനടന്നു.

കമ്പാർട്ടുമെന്റുകൾ അകന്നകന്നു പോയി. മുഴക്കം ദൂരെദൂരെ അലച്ചു. ഒടുവിൽ അതും ഇല്ലാതെയായി. നിശ്ശബ്ദത. നിശ്ശബ്ദത എന്നെ ഭ്രാന്തുപിടിപ്പിച്ചു. ആരെങ്കിലും അലറിയെങ്കിൽ, രാജമ്മയെങ്കിലും. ഞാനാശിച്ചു. അവൾ ഒന്നും പറഞ്ഞില്ല. അനുസരണ എന്ന വാക്കിന്റെ അർത്ഥം ഞാൻ കണ്ടു. സ്നേഹം എന്ന വാക്കിന്റെ ആഴം ഞാൻ മനസ്സിലാക്കി. ഈ വാക്കുകൾ എന്നെ ചൊടിപ്പിച്ചു. എന്റെ നിദ്രകൾ വേരറ്റ് അലഞ്ഞുനടന്നു. ദേഹത്തെങ്ങും വിടർന്നുനിന്ന പൂവുകൾ കൊഴിയാൻ തുടങ്ങി. എല്ലാ രാത്രികളിലും, അവളുടെ നഗ്നമായ വയറിലും തിളങ്ങുന്ന കവിളിലും, ഉരുണ്ട മാറിലും എന്റെ പൂക്കൾ പൊഴിഞ്ഞുവീണുകൊണ്ടിരുന്നു. ഞാൻ കൊഴിയുന്നു, അവൾ പുഷ്പിക്കുന്നു. ഞാൻ തളരുന്നു, അവൾ തളിർക്കുന്നു. ഞാൻ ഉരുകുന്നു, അവൾ വളരുന്നു.

എവിടെ, എന്നോടൊപ്പം സഞ്ചരിച്ചിരുന്ന കമ്പാർട്ടുമെന്റുകൾ? ഞാൻ ഉറക്കെ ചോദിച്ചു. ആരും ഉത്തരം പറഞ്ഞില്ല. അറിയാത്ത പാളങ്ങളി ലൂടെ അവ പാഞ്ഞുപോകുന്നുണ്ടാകും. അവ എന്നെ മറന്നിരിക്കുന്നു. ഞാൻ അവയെത്തേടി നടന്നു. ആരെയും കണ്ടില്ല. അച്ഛൻ ഉണ്ടായിരു ന്നില്ല. അമ്മ ഉണ്ടായിരുന്നില്ല. അനിയത്തിയും അനിയന്മാരും സുഹൃ ത്തുക്കളും ആരുംതന്നെ ഈ ഭൂമുഖത്ത് അവശേഷിച്ചിരുന്നില്ല.

എന്റെ കാലുകൾ കഴച്ചു. കണ്ണിന്റെ കാഴ്ചശക്തി നശിച്ചു. കാതു കൾക്ക് ശക്തിയറ്റു. "എന്തിനാണെപ്പോഴും എന്നോട് ഇങ്ങനെ ദേഷ്യ പ്പെടുന്നത്?" രാജമ്മ ചോദിച്ചു. "ഞാൻ എന്തു തെറ്റു ചെയ്തു?" അവൾ കരഞ്ഞു. "പോ." ഞാൻ ഗർജ്ജിച്ചു. "എന്റെ മുമ്പീന്നു പോ. തേവിടിശ്ശീ!" ഞാനലറി. "എന്റെ കഴിഞ്ഞകാലം അത്ര നന്നല്ലായിരുന്നു." അവൾ കാല്ക്കൽ വീണു. "അതേക്കുറിച്ച് എന്നോടൊന്നും ചോദിച്ചില്ല. അതു കൊണ്ട് ഞാനൊട്ടു പറഞ്ഞുമില്ല." അവൾ എന്റെ കാലടികൾ ചുംബിച്ചു. എനിക്കൊന്നും കേൾക്കണ്ട. എന്നോടൊന്നും പറയണ്ട. ഞാൻ ചെവി പൊത്തി.

"പറയൂ സുഹൃത്തേ! എല്ലാം പറയൂ. ഞാനന്ന് നിങ്ങൾ പറഞ്ഞതു ശ്രദ്ധിച്ചില്ല. ഇപ്പോൾ എനിക്കെല്ലാം അറിയണമെന്നുണ്ട്. അറിയാവുന്ന തൊക്കെ പറയൂ." ഞാൻ പറഞ്ഞു. എനിക്കെല്ലാം കേട്ടേ തീരൂ. കാറ്റാടി മരങ്ങൾക്കു കീഴിലുള്ള ഒരു പുലരിയായിരുന്നു. ഞാനും മാത്യുവുംകൂടി അവളെക്കുറിച്ചു സംസാരിച്ചുകൊണ്ടിരുന്നു. കടലിൽനിന്ന് വെളുപ്പുനിറ മുള്ള കാക്കകളും കാറ്റും പാറിവന്നു. "ഞാനിന്നലെ ഈ കടൽപ്പുറത്താ യിരുന്നു ഉറങ്ങിയത്," ഞാൻ പറഞ്ഞു. ഇന്നലെ മാത്രമല്ല ഈയിടെ പല ദിവസങ്ങളിലും ഇവിടെയാണുറക്കം. ഞാൻ മാത്യുവിന്റെ മടിയിൽ തലയണച്ചു കരഞ്ഞു. "എന്നെ രക്ഷിക്കൂ!"

അവൻ എന്നെ രക്ഷിച്ചു. അകലെയുള്ള ചെറിയ പട്ടണത്തിലെ ഇട ത്തരം വീട്ടിൽ അവൻ എന്നെക്കൊണ്ടുപോയി. വീടിനുമുകളിൽ ഒരു നില കൂടിയുണ്ടായിരുന്നു. തട്ടിട്ട മുറികൾ. അവിടെ ചെറിയ ചെറിയ അറ കളുണ്ടായിരുന്നു. നാലും ഒന്നും അഞ്ച് അറകൾ. അറകൾക്ക് ഓവു ണ്ടായിരുന്നു. ഓവരികിൽ വെള്ളംനിറച്ച കിണ്ടികൾ ഉണ്ടായിരുന്നു. അറ കൾക്കുള്ളിൽ കട്ടിലുണ്ടായിരുന്നു. കട്ടിലിൽ മെത്തയുണ്ടായിരുന്നു. മെത്തയിൽ നഗ്നകളായ പെൺകിടാങ്ങളുണ്ടായിരുന്നു. നാലു മുറികൾ തുറന്നുകിടന്നു. അഞ്ചാമത്തെ മുറി അടച്ചിരുന്നു.

ഈ അഞ്ചാമത്തെ മുറി– മാത്യു പറഞ്ഞു, "നിന്റെ രാജമ്മയുടേതാ യിരുന്നു." അവളുടെ സഹോദരിമാരെ ഞാൻ കണ്ടു. അവരുടെ മുടി യുടെ ഗന്ധം നുകർന്നു. മുറിക്കുള്ളിൽ പകച്ചുനിന്ന സൂര്യന്മാരുണ്ടായി രുന്നു. ഓവിന്നരികിൽ ഒഴുകാൻ കൂട്ടാക്കാതെ ഒട്ടിനിന്ന കട്ടിയുള്ള വെള്ള ത്തുള്ളികളുണ്ടായിരുന്നു.

കരിമ്പനകൾ മയങ്ങുന്ന ചെറിയ ഗ്രാമത്തിലെ ഇടുങ്ങിയ കുടിലിലെ പ്രേതരൂപിണിയായ കിളവി പറഞ്ഞു: "ഞാനാ ശരിയാക്കിക്കൊടുത്തത്. കുറച്ചു മുറ്റിപ്പോയിരുന്നു. എങ്കിലും..."

അവളുടെ വയറ്റിൽ വീർത്തു ചുരുങ്ങിയ ബലൂണിന്മേലുണ്ടാകാറുള്ള വിള്ളലുകൾ ഞാൻ കണ്ടു. അവളുടെ കൺകോണുകളിൽ അതിവേദനയുടെ നാളങ്ങൾ മയങ്ങിക്കിടക്കുന്നതു ഞാൻ കണ്ടു. മഴ പൊട്ടിയ ഒരു രാത്രിയിൽ, ഞാൻ ഇറങ്ങി നടന്നു.

രാജമ്മാ! വീണ്ടും നീയെന്നെ കണ്ടില്ല. കാണാൻ പറ്റില്ല. നഗരങ്ങൾക്കുമേൽ നഗരങ്ങൾ വന്നുവീണു. അവയ്ക്കിടയിലൂടെ ഒരു കൂറ്റൻ എലിയെപ്പോലെ ഞാൻ നുഴഞ്ഞുകൊണ്ടിരുന്നു. ഇത്രമാത്രം നഗരങ്ങളോ? ഇത്രയധികം ഹോട്ടലുകളോ? ഇത്രമാത്രം മദ്യമോ? ഇത്രയധികം ആരാധകരോ?

എല്ലാ പെണ്ണിനും രാജമ്മയുടെ എന്തെങ്കിലും ഛായയുണ്ടെന്നു കണ്ടതോടെ, ഞാൻ പെണ്ണുങ്ങളെ വെറുത്തു. കാരണം, രാജമ്മയെ എനിക്കു വ്യക്തമായി അറിയാൻ കഴിഞ്ഞിരുന്നു. കബളിപ്പിക്കപ്പെടാൻ കഴിയാത്ത ഒരു മഹാശക്തനെപ്പോലെ ഞാൻ ചുറ്റിയടിച്ചു. എന്റെ കാലുകൾക്കു ചുറ്റിലും പ്രായമെത്താത്ത ആൺകുട്ടികൾ വന്നുകൂടി. ഞാൻ അവരെ സ്നേഹിച്ചു. അവർ എന്നെ ആരാധിച്ചു. ദൈവത്തിനു മുന്നിൽ അർച്ചന നടത്തുന്നതു പോലെ അവർ എന്നെ പൂജിച്ചു. എന്നെ അവർ ദൈവമാക്കി. എന്റെ കാലുകളിൽ അവർ ചുംബിച്ചു. ഭക്ത്യാദരങ്ങളോടെ അവർ എന്നെ സ്പർശിച്ചു. കടിച്ചു. കൈകൾകൊണ്ടും പല്ലുകൾകൊണ്ടും ചുണ്ടുകൾകൊണ്ടും കാലുകൾകൊണ്ടും അവർ എന്റെ ദേഹം ഞെരിച്ചമർത്തി.

പ്രായമെത്താത്ത ആൺകുട്ടികളുടെ ലഹരി.

ആൺചുണ്ടുകളുടെ ലഹരി!

ആൺതുടകളുടെ ലഹരി!

പുരുഷന്റെ വയറിന്റെ ലഹരി!

രോമം കിളിർക്കാത്ത മാർവ്വിടത്തിന്റെ ഉദാത്തമായ ലഹരി!

ലഹരിയുടെ ലോകത്ത് ഞാൻ തലപ്പാവും കിന്നരിയുമുള്ള ചക്രവർത്തിയായി മാറുകയായിരുന്നു.

ഒഴുകിവീണ സുഹൃത്ത്, ആകസ്മികമായി കണ്ടപ്പോൾ ഒരു സന്തോഷവാർത്ത പറഞ്ഞു:

ആ പെൺകുട്ടി, തലയ്ക്കു സുഖമില്ലാതെ, ഓടിയോടി നടക്കുന്നു. തെരുവുകളിലൂടെ, അഴിഞ്ഞ സാരിയോടെ, പൊടിപറ്റിയ മുടിയോടെ, അടിവസ്ത്രങ്ങളില്ലാതെ അലഞ്ഞുനടക്കുന്നു. അടഞ്ഞ ഗേറ്റുകളിൽ ച്ചെന്ന് അലയ്ക്കുന്നു.

"ചേട്ടാ!...ചേട്ടാ!... ഇതാ ഞാൻ. രാജമ്മ."

"നീ നാട്ടിലേക്കു ചെല്ലൂ." സുഹൃത്തു പറഞ്ഞു: "ആ പെണ്ണിനെ രക്ഷിക്കൂ."

ആർക്ക് ആരെ രക്ഷിക്കാൻ കഴിയും? ഞാൻ വെറുതെ, തമാശയോടെ ഓർത്തു. പേരറിയാത്ത, ഭാഷയറിയാത്ത, ഏതോ കടൽത്തീരത്തിലെ, ഒഴിഞ്ഞൊരു പുൽക്കുടിലിൽ മലർന്നുകിടക്കുകയായിരുന്നു ഞാൻ. എന്റെ ചുണ്ടുകളിലൂടെ, ശ്വാസകോശങ്ങളിലൂടെ, ലഹരിയുടെ പുക അകത്തേക്കു തള്ളിക്കയറിക്കൊണ്ടിരുന്നു. ഫ്രഡറിക് ഡിസൂസ എന്നു പേരുള്ള ആംഗ്ലോ-ഇന്ത്യൻ ചെക്കൻ എന്റെ തുടകളിൽ ചുംബിച്ചുകൊണ്ട് കമിഴ്ന്നുകിടന്നു.

"രാജമ്മാ, നീ സഹായം തേടുന്നുണ്ടോ?" ഞാൻ ഫ്രഡറിക്കിനോടു ചോദിച്ചു. ഫ്രെഡറിക് മറുപടി പറഞ്ഞില്ല. "എനിക്കു നിന്നെ രക്ഷിക്കാൻ കഴിയില്ല, രാജമ്മാ! കാരണം, നിനക്കെന്നെ രക്ഷപ്പെടുത്താൻ കഴിയില്ലെന്നതുതന്നെ. ഞാനും നീയും ഫ്രഡറിക്കും എല്ലാം നടുക്കടലിലാണ്. കീഴോട്ടൊഴുകാൻ മടിച്ച്, ചുഴികളോടും മലരികളോടും മല്ലിടുന്ന, മല്ലിട്ടു ക്ഷീണിച്ച്, ഒടുവിൽ മുങ്ങിത്താഴാൻ പോകുന്ന മൃതശരീരങ്ങൾ."

ഫ്രഡറിക് ഒന്നും മനസ്സിലാകാത്തതുപോലെ എന്നെ മിഴിച്ചുനോക്കി. ഞാൻ അവനെ വാരിപ്പുണർന്നു. അവന്റെ ഇളയ അസ്ഥികൾ എന്റെ ആലിംഗനത്തിൽ ഞെരിഞ്ഞു പൊട്ടുന്നത് കേട്ടു. ഇളംരോമങ്ങൾ വിരിഞ്ഞുനിന്ന തളിർച്ചുണ്ടുകളിൽ ഉമ്മവച്ച്, ഞാൻ മയങ്ങി. മയക്കത്തിൽ പലപ്പോഴും ഞാൻ കരഞ്ഞു. ഉണരുമ്പോഴൊക്കെയും ഫ്രഡറിക്കിന്റെ സ്പർശനം അറിഞ്ഞു.

"രാജമ്മാ!"

"ഉം." ഫ്രഡറിക് മൂളി.

"ഞാൻ മരിക്കട്ടെ?"

"വേണ്ട." ഫ്രഡറിക് പറഞ്ഞു.

"പെണ്ണേ!"

"ഊം."

"ഞാൻ മരിക്കണ്ട എന്നു പറയാൻ നിനക്കാര് അധികാരം തന്നു?"

ഫ്രഡറിക് പൊട്ടിച്ചിരിച്ചു. ഞാനും.

വെളുപ്പാൻകാലത്ത് കാറ്റുവന്ന് വിളിച്ചുണർത്തി. ഫ്രഡറിക് ഉണ്ടായിരുന്നില്ല. എന്റെ കൈത്തണ്ടയിലെ വാച്ചും കാണാനുണ്ടായിരുന്നില്ല. വെളുത്ത കടൽ, ശാന്തമായ കടൽ തുടിച്ചുകൊണ്ടു കിടന്നു. ദൂരെ വെളിച്ചം പൊട്ടാൻ തുടങ്ങുന്നു. മരിക്കുന്നെങ്കിൽ, ഞാൻ തീരുമാനിച്ചു: ഈ മനോഹരമായ ജലാശത്തിൽ വീണുതന്നെയാവണം. ഫീനോബോർബിറ്റൽസിന് ഈ സൗന്ദര്യമുണ്ടോ? കറന്റ് പായുന്ന വയറിന്?

കയർക്കുരുക്കിന്? അറ്റുപോകുന്ന രക്തഞരമ്പുകൾക്ക്? ഒന്നിനും കടലിന്റെ സൗന്ദര്യമില്ല.

അങ്ങനെ കടൽതേടി നടന്നുതുടങ്ങി.

ഞാൻ എന്തിന്, ഞാൻ ജീവിച്ചിരുന്ന, നീ ഇപ്പോഴും ജീവിക്കുന്ന, ഈ നഗരതീരത്തിലുള്ള കടൽതന്നെ തേടിവന്നു? അതിനുമാത്രം എനിക്കുത്തരമില്ല.

നിന്നെത്തേടിയുള്ള എന്റെ പ്രയാണം, ഈ നഗരം ഇന്നറിഞ്ഞു. മറ്റാരും അറിഞ്ഞില്ല. നിരത്തുകളറിഞ്ഞു. നിരത്തുവക്കിലെ മരങ്ങളറിഞ്ഞു. മരങ്ങളിൽ ചേക്കേറിയ പറവകൾ അറിഞ്ഞു.

നീ ഉണ്ടാകാവുന്ന ഇടങ്ങളിലൊക്കെയും ഞാൻ അലഞ്ഞു. വെറുതെ. കണ്ടിരുന്നുവെങ്കിലും ഞാൻ നിന്റെ അടുത്തു വരില്ലായിരുന്നു. ഒളിച്ചു പോകുമായിരുന്നു. എങ്കിലും, ബോധമില്ലാതെ, ബുദ്ധിയില്ലാതെ ഓടിനടക്കുന്ന ആ പേക്കോലം എനിക്കൊന്നു കാണണം എന്നുണ്ടായിരുന്നു. കണ്ട് ആനന്ദിക്കണം എന്നുണ്ടായിരുന്നു. ഇപ്പോൾ ലോകത്ത് ആരുമില്ല. കടൽ കാണാനില്ല, കാക്കകളുടെ ശബ്ദമില്ല. കുടിൽ ഉറങ്ങുന്നു. പാലം ഉറങ്ങുന്നു. ഇരുട്ടുറങ്ങുന്നു. എനിക്കു പാലത്തിലൂടെ നടന്നുപോകാം. കണ്ണടച്ചുകൊണ്ട് നടക്കാം. ഒന്ന്... രണ്ട്... മൂന്ന്.... നാല്... പതിനെട്ട്... പത്തൊമ്പത്...

ഏത് അക്കമാണ് എന്നെ വീഴ്ത്തുന്നത്? അല്ലെങ്കിൽ ഏത് അക്കത്തിനാണ് എന്റെ ജീവനെടുക്കാൻ തക്ക ഹൃദയവിശാലതയുള്ളത്? ഒറ്റസംഖ്യയോ? ഇരട്ടസംഖ്യയോ. ഒറ്റസംഖ്യ അവിവാഹിതയാകാം... ഇരട്ട സംഖ്യ വിവാഹം കഴിച്ചവളുമാകാം... ആരാണ് എന്നെ പുണരുന്നത്? എനിക്കൊന്നറിഞ്ഞാൽക്കൊള്ളാം.

പതിനൊന്ന് എന്നെണ്ണുമ്പോൾ കാൽ അപാരതയിൽ ഊന്നി നിൽക്കണം എന്നതാണ് ഉള്ളിൽത്തട്ടിയ ആഗ്രഹം, എന്റേയും രാജമ്മയുടേയും. ∎

കബറ്

ശ്മശാനത്തിൽനിന്ന്,

"ദയാപരനായ ഈശോയേ, ഇയാളുടെ ആത്മാവിന് നിത്യശാന്തി കൊടുത്തരുളേണമേ" എന്ന വാചകം തിരഞ്ഞെടുത്തു.

മുകളിൽ അപ്പന്റെ പേര്.

ജനനം: ഇന്ന തിയതി.

മരണം: ഇന്ന തിയതി.

ആർ.ഐ.പി.

മാർബിൾപലകയിലായിരിക്കണം എന്നത് അമ്മച്ചിയുടെ ഒരു നിർബന്ധമാണ്. ജീവിച്ചിരുന്ന കാലത്ത് എന്നും അമ്മച്ചിക്ക് തല്ലുകൊടുത്തിരുന്ന മനുഷ്യനാണ്. ഇപ്പോഴിതാ കബറ് പണിയാൻ തിരക്കുകൂട്ടുന്നതും അതേ സ്ത്രീ തന്നെ. ടൗണിൽ വാർത്ത പരന്നു. വർക്കി അപ്പന്റെ കബറു പണിയാൻ നടക്കുന്നു. വാർത്ത പെട്ടെന്നു കഥയായി മാറി. കഥ കേട്ടു. മുടിയനായ വർക്കി അപ്പനുമായി തല്ലുകൂടി നാടുവിടുന്നു-പതിനഞ്ചോളം വർഷങ്ങൾക്കു മുൻപ്. വിദൂരമായ ഈ പട്ടണത്തിലെത്തി, കള്ളുഷാപ്പു ജോലിക്കാരുടെ കൂട്ടുപിടിച്ചും കഞ്ചാവു വിറ്റും ജീവിതം കഴിക്കുന്നു. അങ്ങനെയിരിക്കെ, അപ്പൻ മരിക്കുന്നു- മകനെക്കാണാതെ. അപ്പൻ മരിച്ചു സ്വത്ത് കൈയിൽ കിട്ടിയപ്പോൾ ഇതാ പ്രസ്തുത വർക്കിക്ക് മാനസിക പരിവർത്തനം. അപ്പന് കബറ് പണിയാൻ നടക്കുന്നു, ഓടി നടക്കുന്നു. പട്ടി, വാലുമുറിഞ്ഞ പട്ടി. ആദ്യം നിഷേധിച്ചുനോക്കി. ആർക്കും വിശ്വാസമാകുന്നില്ല, തന്റെ കഥ, സത്യമായ കഥ.

അമ്മച്ചിയുടെ കത്തിലെ, "പ്രിയപ്പെട്ട മകൻ വറീതറിയുവാൻ അമ്മച്ചി എഴുതുന്നത്. അപ്പച്ചന്റെ കബറു പണിക്കാര്യം അന്വേഷിച്ചെഴുതാം എന്നു പറഞ്ഞിട്ടെന്തായി?" എന്ന വരികൾപോലും പലർക്കും കാട്ടിക്കൊടുത്തു, ആരും അതു കണ്ടതായി നടിച്ചില്ല. തുടർന്നുള്ള "കബറു പണിയാണെന്നും പറഞ്ഞ് ഇപ്പോഴാകെ നീ അഞ്ഞൂറു രൂപയോളം എന്റെയടുക്കൽനിന്നു കൊണ്ടുപോയിട്ടുണ്ട്. എല്ലാം നീ കളഞ്ഞുകുളിച്ചു

കാണും. ഇതൊന്നും ശരിയല്ല. കർത്താവ് പൊറുക്കുകയില്ല" എന്ന രഹസ്യങ്ങൾ എല്ലാവരും വായിച്ചു തലകുലുക്കി ബോധ്യപ്പെട്ടു. കഥയ്ക്കു പ്രബലത കിട്ടി. അങ്ങനെയൊക്കെ ഒരു വാശി കയറി. ഒരു കബറു പണിഞ്ഞിട്ടുതന്നെ. ഗംഭീരമായ പരേതാത്മാവിന് അനുയോജ്യമായ തരത്തിൽ.

സെമിത്തേരിയിൽ പോയി നോക്കി. വാചകം തിരഞ്ഞെടുത്തു. ഡിസൈൻ ഉറപ്പിച്ചു, സോഫാപോലെ ചരിഞ്ഞുകിടക്കണം.

ഒരു മോഡൽ തിരഞ്ഞെടുത്ത്, കൈകൊണ്ടളന്നു നോക്കി.

നീളം: അഞ്ചുമുഴം, ഒരു ചാൺ, നാലു വിരലിട.

വീതി: രണ്ടുമുഴം, ഒരു ചാൺ.

മാലാഖമാരെ കണ്ടപ്പോൾ അവരുടെ പ്രശ്നം പൊന്തിവന്നു. മാലാഖ വേണോ? വേണ്ടേ?

അതൊക്കെ പിന്നീട് എന്നു സമാധാനിച്ചു. മിക്കവാറും എല്ലാ കബറിന്മേലും അതു പണിഞ്ഞ ആളുടെ പേരുണ്ടായിരുന്നു:

പി.സി. ലോന.

പി.സി. ലോനയുടെ മേൽവിലാസം കിട്ടണമെങ്കിൽ–

അന്വേഷിച്ചു. വിവരം കിട്ടി. ഓർഫനേജിൽ തിരക്കിയാൽ മതി.

ഓർഫനേജ് കുറെ അകലെയാണ്. പോകാൻ ദിവസം നിശ്ചയിച്ചു. സ്ഥലത്തുള്ള കൂട്ടുകാരനെഴുതി.

"കൂട്ടേ, രാജാ, ഒൻപതാംതീയതി വരുന്നുണ്ട്. കാത്തിരിക്കണേ."

ഒൻപതാംതീയതി.

ഓർഫനേജിൽ ചോദിച്ചപ്പോൾ നരച്ചുതുടങ്ങിയ ഒരച്ചൻ ഖേദകരമായ ആ വാർത്ത തന്നു:

പി.സി. ലോനയും പരേതനത്രെ. പണ്ടേതന്നെ മരിച്ചിരിക്കുന്നു.

സ്വന്തം അപ്പൻ മരിച്ചപ്പോൾകൂടി ഇത്രയും സങ്കടം തോന്നിയിട്ടില്ല.

വിഷമം കണ്ടപ്പോൾ അച്ചൻ സമാധാനപ്പെടുത്തി: "വ്യസനിക്കേണ്ട മകനേ. നഗരത്തിൽ ഒരു ആർട്ട് സ്റ്റുഡിയോ ഉണ്ട്. ആർട്ട് സ്റ്റുഡിയോ ആൻഡ് സ്റ്റാറ്റ്യൂവർക്സ്. അവിടെ ഒരു ഈനാശു ഉണ്ട്. ഈ-നാ-ശു." സന്തോഷമായി. ഭൂമുഖത്ത് ഒരു ശില്പിയെങ്കിലും അവശേഷിക്കുന്നുണ്ടല്ലോ.

രാജന്റെ ആളൊഴിഞ്ഞ ബംഗ്ലാവിൽ കൂടി. രാജനും തന്നേപ്പോലെയാണ്. ആരും പെണ്ണുകൊടുക്കുന്നില്ല. കാട്ടുകോഴിയെ വെടിവെച്ചു കൊണ്ടുവന്ന് വെളിച്ചെണ്ണ വാങ്ങിക്കുവാനായി കുപ്പിയും പിടിച്ച് മാർക്കറ്റിൽപ്പോയി, അടുപ്പിൽ തീ കൂട്ടി, സ്വയം പാചകം ചെയ്ത്, കാട്ടു

കോഴിയിറച്ചിയും ശുദ്ധമായ തെങ്ങിൻചാരായവും ചേർത്ത് ഊണുകഴിച്ച്, ടേപ്പ്റിക്കോർഡറിൽനിന്ന് രാജന്റെ ചേട്ടൻ സാഡി പാടിയ 'നീചജന്മ മെടുത്ത' പാട്ടുകേട്ട്, പണിക്കുപോകുന്ന നിതംബങ്ങളെ നോക്കി കാമം പാടി, ഉറങ്ങി. പിറ്റേന്നു മടങ്ങി.

അമ്മച്ചിയുടെ കത്തു വന്നു കിടക്കുന്നു.

"വറീതറിയാൻ അമ്മച്ചി എഴുതുന്നത്. നീ ഇരുന്നൂറു രൂപയ്ക്കു എഴുതിയിരുന്നത് ഇന്നുതന്നെ അയയ്ക്കുന്നുണ്ട്. അനാഥാലയത്തിൽ പ്പോകുവാൻ എന്തിനാണിത്രയധികം പണച്ചെലവ്? ആകയാൽ കഴിവതും പിടിച്ചു ചിലവാക്കണം."

സെന്റ് ജോർജ്ജ് ആൻഡ് സ്റ്റാറ്റ്യൂ വർക്സിൽപോയി അന്വേഷിക്കു മ്പോൾ ഈനാശു എന്നൊരാൾ അവിടെ വരാറുണ്ട്. "പക്ഷേ വളരെ അപൂർവ്വമായേ ഉള്ളൂ."

"ഇനി വരുമ്പോൾ എന്നെ വന്നു കാണാൻ പറയണം"– വർക്കി.

"ശരി." മേൽവിലാസം കൊടുത്തു.

"വരുമ്പോൾ വന്നുകാണാൻ പറയണേ. മറക്കരുത്. അത്യാവശ്യ മാണ്."

അദ്ഭുതകരമായവിധത്തിൽ, പിറ്റേന്നുതന്നെ ഈനാശു മുറി യിലെത്തി. ശില്പി മദ്യപിച്ചിട്ടുണ്ട്, വന്നയുടനെ ഒരു നിബന്ധന വച്ചു: "എന്നെ ഈനാശേട്ടൻ എന്നേ വിളിക്കാവൂ."

"അത്രേയുള്ളൂ."

ഈനാശേട്ടനു സമാധാനമായി. അദ്ദേഹം പറഞ്ഞു: "നമുക്കു സെമി ത്തേരിയിൽപ്പോയി നോക്കാം. എന്താണ് ഡിസൈൻ വേണ്ടതെന്നുവച്ചാൽ നോക്കി, അവസാനമായി അതങ്ങുറപ്പിക്കാമല്ലോ."

ടാക്സി പിടിച്ച് ഒരിക്കൽകൂടി സെമിത്തേരിയിലെത്തി. നട്ടുച്ച. തലയിൽ തൂവാല നിവർത്തിയിട്ട്, ഉറങ്ങുന്ന ശവങ്ങൾക്കിടയിലൂടെ ശില്പിയുടെ പുറകേ നടന്നു. ഈനാശേട്ടൻ ചോദിച്ചു:

"മാർബിൾ വേണോ?"

"വേണം."

"നിർബന്ധമാണോ?"

"അതെ."

"ചാർജ്ജ് കൂടുതലാവും."

"എത്രയായാലും സാരമില്ല."

"ചതുരശ്രയടിക്കു പതിനഞ്ചുരൂപയാണു വില."

"നേരു പറ."

"നേര്. പള്ളിയാണെ നേര്."

"എങ്കിലും സാരമില്ല. മാർബിൾ കൂടിയേ തീരൂ."

"അല്ലെങ്കിൽപ്പിന്നെ മറ്റൊന്നു ചെയ്യാം. (ശില്പി പോംവഴി നിർദ്ദേശിച്ചു) സിമന്റിൽ ഇനാമൽപ്പെയിന്റു പൂശാം."

"അതു ശരിയാവുമോ ഈനാശ്വേട്ടാ?"

"ശരിയാവും."

"എങ്കിലും മാർബിളിന്റെയത്രയും വൃത്തിവരുമോ?"

"വരും, ഒടേതേ. അതാ, കൊച്ചുവറീത് ഭാര്യ ഏല്യയ്ക്കു ഇനാമൽ പെയിന്റാണ് തട്ടിയിരിക്കുന്നത്. അവൾക്ക് എന്താ ഒരു മോശം? പക്ഷേ-" ഈനാശ്വേട്ടൻ പറഞ്ഞു.

"കോസ്റ്റ്ലി പെയിന്റ്."

"അല്ലെങ്കിൽ-" മറ്റൊരു പാത തുറന്നുതന്നു-" മൊസൈക് ചെയ്യാം. ഡീസന്റായിരിക്കും."

നാലാമത്തെ മാർഗ്ഗം പൊട്ടിപ്പുറപ്പെടുന്നതിനു മുമ്പ് കയറിപ്പറഞ്ഞു:

"വേണ്ട. മാർബിൾതന്നെ മതി."

"എങ്കിൽ ശരി. അതിനു ബോംബേക്കെഴുതണം." ബൈക്കുളാ റോഡിലുള്ള ഒരു വിലാസവും കുറിച്ചുതന്നു. അങ്ങനെ വിവിധവിഷയങ്ങൾ പറഞ്ഞു നിൽക്കുന്നതിനിടയിൽ, ഈനാശ്വേട്ടൻ സ്ഥലംവിട്ടു. ഒരു പരിചയക്കാരൻ വന്നു വിളിച്ചുവത്രേ. "ഞാൻ നാളെ സാറിന്റെ മുറിയിൽ വരാം. നമുക്കു തീരുമാനിക്കാം. പിന്നെ കയ്യിലിപ്പഴ് ചില്ലറവല്ലതും ഇരിക്കുന്നെങ്കീ ഒരു പത്തുറുപ്പ്യ-" കൊടുത്തു.

പിറ്റേന്ന്. പിറ്റേ ആഴ്ച ഒരാഴ്ചകൂടി.

പോയവൻ വരുന്നില്ല.

ആർട്ട് സ്റ്റുഡിയോവിൽചെന്നു തിരക്കി. അദ്ദേഹം അങ്ങോട്ടു ചെന്നിട്ടുതന്നെ നാളുകൾ ഏറെയായിരിക്കുന്നു.

"ബഹുമാനപ്പെട്ട അമ്മച്ചിക്ക്, മകൻ വർഗ്ഗീസ് എഴുതുന്നത്. ഒരു പണിക്കാരനെ കണ്ടുപിടിച്ചു. അയാൾക്കു നൂറുരൂപാ കൊടുത്തിട്ടുണ്ട്. കബറു പണിയിൽ ബഹുസമർത്ഥനാണെന്നാണ് കേൾവി. ബോംബെയ്ക്ക് മാർബിൾക്കല്ലിനെഴുതിയിട്ടുണ്ട്. അതിന് ഒരു മുന്നൂറുരൂപയെങ്കിലും കൊടുക്കേണ്ടി വരും എന്നു വിചാരിക്കുന്നു."

ഒരു മാസം കഴിഞ്ഞ് ആർട്ടുസ്റ്റുഡിയോവിൽ വീണ്ടും ചെന്നു തിരക്കി. ഇതിനിടെയെങ്ങും ഈനാശ്വേട്ടൻ വന്നിട്ടില്ല. അവിടെയുള്ള ഒരു ഫോട്ടോഗ്രാഫറേയും കൂട്ടി വീണ്ടും സെമിത്തേരിയിലേക്കു ചെന്നു.

കൂടെ ഒരു കാറു നിറയെ ആളുണ്ട്. സുഹൃത്തുക്കളാണെന്ന്

കേൾവിയും നാട്യവും. ഇഷ്ടമുള്ള കബറിന്റെ പടമെടുക്കാനാണു ഫോട്ടോഗ്രാഫർ.

അവിടെച്ചെന്നപ്പോൾ പലേ അഭിപ്രായങ്ങളും പൊന്തിവന്നു. “മാലാഖ വേണം.”

“വേണ്ടാ.” വർക്കി പറഞ്ഞു: “മാലാഖ പഴയ സ്റ്റൈലാണ്, ഫാഷനല്ല.”

“ഫാഷൻ കബറിലോ?”

“എന്തിലും മോഡേണായിരിക്കണം എന്ന നിന്റെ ഈ നിർബ്ബന്ധം ഒന്നു കളയൂ.”

“ഒരു മാലാഖ ഇരുന്നാൽ എന്താ ഒരു തരക്കേട്?”

നോക്കുമ്പോൾ നിരവധി മാലാഖമാർ നിരന്നുനിൽക്കുന്നു. തലമുടി ബോബുചെയ്ത് ഷാംപൂചെയ്ത്, അണിഞ്ഞൊരുങ്ങി നിൽക്കുന്ന സുന്ദരിപ്പിള്ളേർ.

കുരുത്തോല നെഞ്ചോടു ചേർത്തുനിൽക്കുന്ന മാലാഖ. മണിമരുതിൻപൂവ് അർച്ചിക്കുന്ന മാലാഖ. കൊന്നപ്പൂവും പിടിച്ച് കുനിയാൻ തുടങ്ങുന്ന മാലാഖ. ചുമ്മാ പറക്കുന്ന മാലാഖ. കുരിശിൽ കെട്ടിപ്പിടിച്ചു നിൽക്കുന്ന മാലാഖക്കിടാവ്. പിന്നെ വെറുതേ നിൽക്കുന്ന മാലാഖമാർ. മാലാഖാ-മാലാഖ-മാ-ലാ-ഖ.

“ഇത് അൽമേനികളുടെ ശവമടക്കു സ്ഥലമാണ്.” ഫോട്ടോഗ്രാഫർ വിശദീകരിച്ചു. “പട്ടക്കാരുടെ കബറുകൾ കുറേക്കൂടി വിശേഷായിരിക്കും.”

“എന്തു പറയുന്നു പ്രോഡിഗൽസൺ?”

ആരോ ചോദിച്ചു: “ഇതൊക്കെപ്പോരേ?”

“ധാരാളം, ധാരാളം... ഇതിലൊരെണ്ണം പണിയാൻ എന്തു ചിലവു വരും.”

ഫോട്ടോഗ്രാഫർ മറുപടി പറഞ്ഞു: “ആയിരത്തി അഞ്ഞൂറിനു മേലാകും.”

“ഈശോ!” ജീവിതത്തിൽ ആദ്യമായി വിളിച്ചു. സിമിത്തേരിയിൽ മാറ്റൊലിക്കൊണ്ടു എന്നു രേഖപ്പെടുത്താവുന്ന ഒരു വിളി.

ബോംബേക്കിട്ട കത്തിനു മറുപടിയില്ല. ഈനാശേട്ടന്റെ ഗന്ധം പോലുമില്ല. ഒന്നുമാത്രം വന്നു.

അമ്മച്ചിയുടെ മണിയോർഡർ.

അമ്മച്ചിയും അപ്പച്ചനും തമ്മിൽ ഇത്ര സുദൃഢമായ ഒരു ഹൃദയബന്ധം നിലവിലുണ്ടായിരുന്നോ?

താൻ മരിക്കുമ്പോൾ, ആരെങ്കിലുമുണ്ടാകുമോ ഇങ്ങനെയൊക്കെ ശ്രദ്ധിക്കാൻ? ആരെങ്കിലും?-

ആ വഴിക്ക് കുറേയങ്ങു ചിന്തിച്ചു. കഞ്ചാവുവലിച്ചുകൊണ്ട് ആഴ്ചകളും മാസങ്ങളും ബോധിവൃക്ഷച്ചുവട്ടിൽപ്പോയി ഉടുതുണി ഉരിഞ്ഞ് പുതച്ചുകിടന്നു ചിന്തിച്ചു. അപ്പോൾ ഒരു ഭൂതോദയം ഉണ്ടായി. ആരും ആരും ഉണ്ടാവില്ല. അതുകൊണ്ട്-തീരുമാനമെടുത്തു. മുൻകൂട്ടി ഒരു കാര്യം ചെയ്തുവച്ചുകളയാം.

ഒരു കല്ലറ പണിയാം. ഒരു നല്ല കല്ലറ. മരിക്കുമ്പോൾ പെട്ടി അതിൽ വയ്ക്കട്ടെ. തന്റെ പിന്നിൽ ഒരു തലമുറ ഉണ്ടാവുകയാണെങ്കിൽ (അതുണ്ടാവാതെവരില്ല) കല്ലറയാവുമ്പോൾ അവർക്കും പിന്നെ വരാൻ ക്യൂവിൽ നിൽക്കുന്ന അടുത്ത തലമുറയ്ക്കും ഒക്കെക്കൂടി ഒന്നിച്ചു വിശ്രമിക്കാം. എല്ലാവർക്കുംകൂടി ഒരൊറ്റ കല്ലറ മതിയാവും.

ഇനിയാരും, മറ്റൊരു കാലത്ത്, ഇതുപോലെ തനിക്കുവേണ്ടി ബുദ്ധിമുട്ടുന്നതു ശരിയല്ലല്ലോ.

ഓർത്തപ്പോൾ അരിശം തോന്നി. ഒരു വെറും കബറു പണിയാൻ, എത്രയാണ് ബുദ്ധിമുട്ടും പണച്ചെലവും?

അപ്പോൾ-അതുവേണ്ടാ.

അന്തിമതീരുമാനം. കബറു പണിയുന്നില്ല. അങ്ങിനെ കബറുപണിയുടെ പരിപാടി പരിപൂർണ്ണമായി ഉപേക്ഷിച്ചു വീണ്ടും ദിവസങ്ങൾ പോയപ്പോഴാണ് ഒരു പുതിയ വാർത്താശകലമെത്തുന്നത്. "മാർബിൾപലകയ്ക്ക് ബോംബേക്കെഴുതണ്ടാ സാർ ഇവിടെത്തന്നെ കിട്ടും-വില അല്പം കൂടും എന്നേയുള്ളു." വാർത്തകൊണ്ടുവന്നത് ഈനാശു. "ഇത്രയും നാൾ ഈനാശേട്ടൻ എവിടെയായിരുന്നു?"

"ഓ... എന്തുപറയാൻ സാർ. അങ്ങനേ പോയി. കോയമ്പത്തൂര് ഒരൾത്താരേടെ പണിയൊണ്ടായിരുന്നു. അവിടെച്ചെന്നപ്പോഴേക്ക് പുതിയ ഓരോ എൻഗേജ്മെന്റുകൾ. ഈറോഡ്... സേലം. അപ്പോഴാണ് സാറിന്റെ കാര്യം ഓർത്തത്. ഉടനെ എല്ലാം വിട്ടിട്ട് തിരികെപ്പോന്നിരിയ്ക്ക്യാണ്."

"ഞാൻ കബറുപണി വേണ്ടെന്നുവച്ചു ഈനാശേട്ടൻ."

"എന്തുപറ്റി സാർ?" ശില്പി വാപൊളിച്ചു.

"അങ്ങനെയൊക്കെപ്പറ്റി."

നിശ്ശബ്ദത. ശോകമൂകത.

അതു മുറിയുന്നു: "പകരം ഒരു കല്ലറ പണിതാലോ എന്നാലോചിയ്ക്ക്വാണ്."

"ആർക്ക്? ആർക്കു സാറേ?"

“എനിക്കുതന്നെ.”

ഈനാശേട്ടനു വാക്കുകൾ നഷ്ടമായിരിക്കുന്നു.

“അന്തസ്സാവണം. അപ്പന് എന്തായാലും കബറു വേണ്ടാ. പക്ഷേ ഇനി കുടുംബത്തിലാരും ഇതിന്റെ പേരും പറഞ്ഞ് ബുദ്ധിമുട്ടരുത്. ഒരു കല്ലറ പണിതിട്ടുകഴിഞ്ഞാൽ, മരിക്കുന്നവരെയൊക്കെ അതിനകത്തടക്കാമല്ലോ.”

“സാറു പറഞ്ഞത് സത്യം.”

“ഗംഭീരമായിരിക്കണം. മാർബിൾപ്പലകതന്നെയാവട്ടെ.”

തലയ്ക്കൽ കൊന്നപ്പൂവിടുന്ന മാലാഖ. കാൽക്കൽ പറക്കാൻ തുടങ്ങുന്ന ഒരു സുന്ദരി മാലാഖ.

നടുവിൽ എന്റെ ഹൃദയത്തിൽ ചവുട്ടിക്കൊണ്ട്, ഒരു സെക്സി, ഈസി ഗോലക്കി ബ്രൂണേ. അവളുടെ വലതുകയ്യിൽ ഒരു വലിയ കുപ്പി തുളുമ്പത്തക്കവിധത്തിൽ പട്ടച്ചാരായം.

■

വനിത

നരച്ച താടിരോമങ്ങൾ പോലെയുള്ള മേഘങ്ങൾക്കു കീഴെ.

മേഘങ്ങളലയുന്ന, മേഞ്ഞുനടക്കുന്ന കൊടുങ്കാട്-ആകാശം.

കീഴെ,

കാടു താങ്ങിനിർത്തുന്ന കഴുക്കോലുകൾ, ഭൂമിയുടെ പുക, കത്തിയ പുക, കീഴെ,

മുറുക്കാൻ തുപ്പൽ നിറഞ്ഞ വായപോലെ വികൃതമായ ചുവപ്പുമേഘങ്ങളലയുന്ന ഭൂതലം.

ഉള്ളിൽ,

ഒരുവൻ.

ഒറ്റപ്പെട്ട ഒരുവൻ. ഡബിൾഡെക്കർ പോലെയുള്ള വാടകക്കെട്ടിടത്തിന്റെ പിളർന്നുതുറന്ന രണ്ടാംനിലയിൽ നിൽക്കുന്ന ഒരുവൻ ആലോചിക്കുന്നത്: കണ്ടിവാർകുഴലീ!

അവൾ ചിരിച്ചു. വിഡ്ഢിച്ചിരി. അർത്ഥം മനസ്സിലാക്കാതെയുള്ള പൊള്ളച്ചിരി. മറ്റ് ഏതു പെണ്ണും ചിരിക്കുന്ന ചിരി.

കോളും മിന്നലും കാവൽനിന്ന പാതിരാവായിരുന്നു. ഭൂതത്താന്മാർ തോട്ടുവരമ്പിലൂടെ നഗ്നരായി പദയാത്ര നടത്തി. ഈനാമ്പിച്ചികളും യക്ഷികളും പരസ്പരം തെറിവിളിച്ചു. തോട്ടിലെ മണലിൽ മനുഷ്യാസ്ഥിയുടെ ആറംഗുലം നീളമുള്ള കീലങ്ങളും നാൽക്കാലികളുടെ ശവങ്ങളും ചിതറിക്കിടന്നു.

"ഓ മാജിദാ!"

ഒരു വേശ്യ പറയുന്നു: നാട്ടിലെങ്ങും എന്നെ അന്വേഷിച്ചു വന്നേക്കരുത്.

വന്നാൽ?

വിവരമറിയും.

ഇടുങ്ങിയ ചെമ്മൺപാതയിൽ ബസ്സിറങ്ങുന്ന ചെറുപ്പക്കാരൻ ആദ്യം കാണുന്ന മാന്യനോട്: "ഇവിടെയെങ്ങാനും മാജിദ എന്നു പേരുള്ള ഒരു

പെൺകുട്ടി-'' അറിയില്ലെന്നു പറഞ്ഞു കൈമലർത്തി മാന്യൻ നടന്നു പോകെ,

ചെറുപ്പക്കാരൻ, ഒരുവൻ, അന്വേഷണവും ആവർത്തിച്ചു നടക്കവെ, “ആരേത്തെരക്കി, ആശാൻ കെടന്നു കറങ്ങണത്?” നാട്ടുകാർ. വ്യഭിചാര വിരോധികളായ നാട്ടുകാരുടെ ചോദ്യങ്ങൾക്കുത്തരമില്ലാതെ കുഴങ്ങി, “ഇവിടെ വന്നീപ്പണിവച്ചു നടത്തിയാലൊണ്ടല്ലോ, അടിച്ചു പല്ലു കൊഴിക്കും.” ഭീഷണി. “പട്ടീ!” “മാജിദയെ ഞാൻ സ്നേഹിക്കുന്നു.” സത്യത്തിന്റെ മൂടി തുറന്നു കാട്ടി, ഹൃദയം ചീന്തിയെടുത്ത് അത്താണി മേൽവെച്ച്, ''നിന്റെ സ്നേഹം!'' സ്നേഹത്തിനു വിലയില്ലാത്ത നൂറ്റാണ്ടിനെപ്പഴിച്ച്, അടിവാങ്ങി, കഴുത്തിനു നീരുവച്ചു തിരികെപ്പോരുന്ന-

പഴയ വിനോദംപോലെ, കൗമാരത്തിൽക്കാണുന്ന നഗ്നതപോലെ, ഓർക്കാൻ മാത്രം സുഖമുള്ള അനുഭവം.

കണ്ടിവാർകുഴലീ എന്നു വിളിച്ചതു മാജിദയെ ആയിരുന്നില്ല.

മാജിദയെ മാജിദ എന്നേ വിളിച്ചിട്ടുള്ളു.

കണ്ടിവാർകുഴലീ എന്നു വിളിച്ചത് നല്ല കണ്ണുള്ള, നല്ല ചുണ്ടുള്ള, നല്ല തുടകളുള്ള, കക്ഷങ്ങളിൽ കസ്തൂരിയുടെ മണമുള്ള ഒരു പെൺ പിറന്നോളെ ആയിരുന്നു.

അവളെ കണ്ടിവാർകുഴലീ എന്നേ വിളിച്ചിട്ടുള്ളു.

അവളുടെ മകളെ വെറും വാർകുഴലീ എന്നും, എന്നുമെന്നും.

ഒരുവന്റെ മനസ്സിൽ, തകർന്നടിഞ്ഞ നഗരംപോലെ ആകാശം കുട പിടിക്കുമ്പോൾ, മൂടിക്കെട്ടുമ്പോൾ, കാൽച്ചോട്ടിൽ പുകയുന്ന ഭൂമി ദീർഘ രോദനങ്ങളുയർത്തിക്കിടക്കുമ്പോൾ, പെൺകുലത്തെക്കുറിച്ചുള്ള ഓർമ്മ കൾ തിക്കിത്തിരക്കിവരുന്നു.

എന്തിന്?

ആ ചോദ്യത്തിന് ഉത്തരമില്ല.

ഒരു ചോദ്യത്തിനും ആർക്കും ശരിയായ ഉത്തരമില്ല.

“നീയാരാണ്?” ചോദിച്ചാൽ ആർക്കും വ്യക്തമായ ഉത്തരമില്ലല്ലോ.

നീയാരാണ്?

ഞാനാരാണ്?

നമ്മളാരാണ്?

അജ്ഞതയിൽ, അജ്ഞതയുടെ നിസ്സഹായാവസ്ഥയിൽ, അതിൽ നിന്നുളവാകുന്ന ഭീതിയുടെ മുതലമടകളിൽ, അസ്വസ്ഥനായ മനുഷ്യൻ, അഭിശപ്തനായ മനുഷ്യൻ, പരസ്പരം കെട്ടിപ്പിടിക്കുന്നു, സ്വരക്ഷയ്ക്കു വേണ്ടി. ആത്മാവിന്റെ രക്ഷ കപടത. വഞ്ചന. “ലോകേച്ഛകളിൽ സഞ്ചരി ക്കുന്ന ആത്മശക്തിയായ മനസ്സ്, അജ്ഞാനമായി മയങ്ങി, അലഞ്ഞു

തിരിഞ്ഞ് വീണ്ടും ശുദ്ധീകരിച്ച് ആത്മശക്തിയായി പ്രകാശിപ്പിക്കുന്ന വസ്തുവാണ്-ശ്രീചക്രം."

അവൾ തുടരെ ഫോൺ ചെയ്തിരുന്നു. ശ്രീക്കുട്ടി എന്ന് ഒരുവൻ അവളെ വിളിച്ചു. ശ്രീകുമാരി? ശ്രീദേവി? ശ്രീലത? ശ്രീകല? ശ്രീലേഖ? ശ്രീജയ? ശ്രീമണി?

ഏതോ ഒരു ശ്രീ.

പേരുകൾ അപ്രധാനങ്ങളത്രേ.

ഒഴുകിയെത്തുന്ന നാദം, വീണാക്വാണം, പ്രിയദർശിനി. സത്യവും. ശ്രീക്കുട്ടി, ശ്രീമോൾ. ശ്രീമാലിനി, ശ്രീധരൻ, ശ്രീധരൻനായർ, ശ്രീകുമാർ, എല്ലാം അവളുടെ പേരുകളാണ്.

ആയിരം പര്യായക്കാരീ! മഹേശ്വരീ!

പെട്ടെന്നൊരിക്കൽ ഫോണുണർന്നുകരഞ്ഞു. കരച്ചിൽ നീണ്ടുനീണ്ടു പോയി. ഇനിയെന്നെ ഫോൺ ചെയ്യരുത്. വീട്ടിലെല്ലാവർക്കും സംശയം ചേട്ടാ. ചേട്ടൻ എന്നോട് ക്ഷമിക്കില്ലേ? ചേട്ടന് ആദ്യം അങ്ങോട്ടുകയറി ഫോൺ ചെയ്തതു ഞാൻ തന്നെയാണ്. ഞാൻ ചേട്ടനെ വെറുതെ നിരാശപ്പെടുത്തി. ചേട്ടനെന്നോട് ദ്വേഷ്യമുണ്ടാവുമെന്ന് എനിക്കറിയാം. ചേട്ടനെന്നോടു പിണങ്ങുമോ ചേട്ടാ? ചേട്ടൻ എന്നെ മറക്കുമോ ചേട്ടാ? ചേട്ടൻ കരയുകയാണോ ചേട്ടാ? ചേട്ടാ കരയല്ലേ. ചേട്ടാ ചേട്ടാ... ചേട്ടാ...

ചേട്ട. മൂശേട്ട. ശ്രീയുടെ ചേച്ചി മൂശേട്ട.

ഇത് ഞാൻ നേരത്തെ പ്രതീക്ഷിച്ചതല്ല എന്ന് ശ്രീക്കുട്ടി, നീ ധരിച്ചോ. എല്ലാ ബന്ധങ്ങളിലും സ്വാർത്ഥതയുടെ, കപടതയുടെ, ആത്മവഞ്ചനയുടെ, ആത്മനിന്ദയുടെ, പകയുടെ, ചതിയുടെ, ലൈംഗികത്വത്തിന്റെ ദുർഗന്ധം ചുരത്തിനിൽക്കുന്നുവെന്ന് എന്നേ ഞാൻ കണ്ടുപിടിച്ചുവച്ചതാണ്. അതു നീ അറിഞ്ഞിരുന്നില്ല അല്ലേ? മണ്ടിക്കുട്ടീ, ശ്രീക്കുട്ടീ!

ഒരുവനു പാടാൻ തോന്നിയാൽ:

"മണ്ടിക്കുട്ടീ, ശ്രീക്കുട്ടീ,

മാങ്ങാണ്ടിയച്ചൻ ചത്തേ ചത്തേ!

സുൻസുനുക്കും സുനുസുനുക്കും

ഉത്തരത്തേൽ ചത്തിരിക്കും!"

എന്നിങ്ങനെയാവും. നരച്ച ആകാശത്തിനുകീഴെ പിളർന്ന ഡബ്ബിൾ ഡെക്കറിന്റെ പോർച്ചിൽ മലർന്നുനിന്നു പാടുമ്പോൾ, ഇങ്ങനെയൊരു അർത്ഥ സമ്പൂർണ്ണമായ ഗാനം ഉണ്ടായിപ്പോകുന്നു.

ഒരുവൻ ആലോചിക്കുന്നു. ഞാൻ എന്തിനെക്കുറിച്ചാലോചിക്കുന്നു? സ്ത്രീയെക്കുറിച്ച്, പെണ്ണിനെക്കുറിച്ച്?

ഇഷ്ടപ്പെടാൻ, സ്നേഹിക്കാൻ, സ്വയം മറന്നുലയിച്ചുചേരാൻ കഴിയാത്ത ആ ജീവികളെക്കുറിച്ച് ഇപ്പോൾ ഓർക്കാൻ കാരണം?

ആ പ്രസ്താവന മുഴുവൻ ശരിയാവുമോ? അമ്മയെ സ്നേഹിച്ചിട്ടില്ലേ? ഉവ്വ്. അമ്മ പെണ്ണല്ലേ? ഉവ്വ്. വേറൊരു പെണ്ണിനേയും സ്നേഹിച്ചിട്ടില്ലേ? ഇല്ല. ഇഷ്ടപ്പെട്ടിട്ടില്ലേ? ഉവ്വ്. രാധയെ ഇഷ്ടപ്പെട്ടിട്ടുണ്ട്?

പിന്നെ എത്രപേരുണ്ട്?

അത് ഒരുപാടുണ്ടാകും. എല്ലാം ഓർത്തുകൊള്ളണമെന്നില്ല. ദിവസങ്ങളുടെ, മാസങ്ങളുടെ, വേണ്ടിവന്നാൽ ഒന്നോ രണ്ടോ വർഷങ്ങളുടെ മസ്തിഷ്കപ്പനികൾ.

അമ്മയെ അങ്ങനെയല്ല.

രാധയേയും അങ്ങനെയല്ല.

കാരണം, അമ്മ കുളിപ്പിച്ചിട്ടുണ്ട്. നിക്കറിടുവിച്ചിട്ടുണ്ട്. മാവേലിക്കര ആശുപത്രിയിൽ, തുടയ്ക്ക് ഓപ്പറേഷനായി മൂന്നരവയസ്സുള്ള കുട്ടി കിടക്കുമ്പോൾ, ആശുപത്രിവളപ്പിലെ കാറ്റാടിമരത്തിന്റെ കൊമ്പുകളിൽനിന്ന് ആനവാലും കുതിരവാലും ഒടിച്ചു കൊടുത്തിട്ടുണ്ട്. വെട്ടിക്കുളങ്ങര അമ്പലത്തിന്റെ മുന്നിലെ കൊത്തുപണികൾ എടുത്തു പൊക്കിക്കാണിച്ചു ജടായുവിന്റെ ചിറകു വെട്ടിയ കഥ പറഞ്ഞു തന്നിട്ടുണ്ട്. മകന്റെ ശരീരം വ്രണംവന്നു പൊട്ടിയൊഴുകിയപ്പോൾ പ്രഭാതങ്ങളിൽ ചലമൊഴുകി പൊറ്റ പിടിച്ച് അമ്മയുടേയും മകന്റേയും ശരീരങ്ങൾ തമ്മിൽ ഒട്ടി, പരസ്പരം വേർപെടുത്താൻ കഴിയാതെ-

-അമ്മ സ്ത്രീയല്ല. ദൈവമാണ്.

സ്ത്രീയെ സ്നേഹിക്കാൻ പറ്റില്ല.

രാധ സ്ത്രീയാണ്.

എന്നിട്ടും അവളെ സ്നേഹിക്കാം. അദ്ഭുതം.

അവൾ തിരമാലകളുടെ ശബ്ദം വ്യവച്ഛേദിച്ചു തന്നിട്ടുണ്ട്. ചുണ്ടുകളിൽ സ്വർഗ്ഗം പതിയിരിക്കുന്ന വിവരം പറഞ്ഞുതന്നിട്ടുണ്ട്. കണ്ണുകളിൽ ദുഃഖം വന്നടിയുന്നത് വിളിച്ചു കാട്ടിയിട്ടുണ്ട്. സ്നേഹിച്ചു സ്നേഹിച്ചു ഹൃദയത്തെ ഞെക്കിഞെരുക്കി ശ്വാസം വിടാൻ കഴിയാതെയാക്കിയിട്ടുണ്ട്.

വിരഹപുഷ്പങ്ങൾ കൊണ്ട് ഒരു കിരീടം കെട്ടിയുണ്ടാക്കി അതും ചൂടി, തന്റെ കാത്തിരിപ്പിന്റെ കൊട്ടാരത്തിൽ ചെങ്കോലും സിംഹാസനവുമായി അവൾ ഇരിക്കുന്നു.

അവളെക്കുറിച്ചോർക്കാൻ ഒരുവന് കഴിവില്ലായിരിക്കാം.

പിന്നെയവൻ എന്തിനെക്കുറിച്ചോർക്കുന്നു?

വായിൽ ചക്കക്കുഴയൽ പരന്നുപറ്റിയിരിക്കുന്നു. പല്ലുകളിൽ മഞ്ഞപ്പ്. കൈവിരലുകളിലെ അവശിഷ്ടം നക്കി വലിച്ചുകൊണ്ട് കതകു തുറന്നു വരുന്നത്, സുമംഗല.

"അല്ല, ഇതാര്. അണ്ണനോ?"

ഒരുവന് ഛർദ്ദിക്കാൻ തോന്നി. അപ്പോളിറങ്ങുകയും ചെയ്തു. അടുത്ത ബസ്സിന് മടങ്ങുകയും ചെയ്തു. അവളുടെ ഭർത്താവില്ലാത്ത നേരം നോക്കി അവധിയുമെടുത്ത് വീട്ടിൽ കയറിച്ചെന്നതാണ്. എന്നിട്ട് ഇറങ്ങി വരുന്നത്...

പെണ്ണിനെ പെണ്ണായി കാണാൻ പാടില്ല.

അവൾക്ക് ഒരു ജയിൽ വേണം. മാസത്തിൽ മൂന്നു ദിവസം അവളെ അതിലിട്ടടയ്ക്കണം. അവൾ ഊണു കഴിക്കുന്നത്, പല്ലുതേക്കുന്നത്, തല ചൊറിയുന്നത്, കോട്ടുവായിടുന്നത്, ദേഹം ചൊറിയുന്നത്, എല്ലാം, അതിനുള്ളിൽ വച്ചായിക്കൊള്ളട്ടെ.

മങ്ക. വനിത. അബല. നാരി.

നാരി. കൂരി.

ഒരുവൻ സിദ്ധരൂപമാണോ?

ഒരുവൻ അമരകോശമാണോ?

ഒരുവൻ സൈക്ലോപ്പീഡിയാ ആണോ?

ഒരുവൻ, ഒരുവൻ മാത്രമാണ്.

ഒരുവനായി ജനിച്ച്, ഒരുവനായി മരിക്കുന്നവൻ.

അവനു കൂട്ടില്ല. സംഘടനകളില്ല.

അവന്റെ മുന്നിൽ ചക്കകളിക്കാനുള്ള കളങ്ങളുണ്ട്.

ചാടിവീഴാവുന്ന കളങ്ങളുണ്ട്.

ചാടിവീഴരുതാത്ത കളങ്ങൾ വേറെയുമുണ്ട്.

വീഴാവുന്നവ: സത്യം. ധർമ്മം. ഗുരുഭക്തി. ദേശസ്നേഹം. ജ്യേഷ്ഠ ഭക്തി. മാതൃസ്നേഹം. കൃത്യനിഷ്ഠ. അഹിംസ. പരജീവിസ്നേഹം. കാരുണ്യം. ഏകപത്നീവ്രതം.

അവയെക്കുറിച്ചെല്ലാം, കുട്ടിക്കാലത്ത്, സ്ക്കൂളിൽ പഠിയ്ക്കുംകാലം, ഉപന്യാസങ്ങളെഴുതിപ്പോയി.

ഇനിയിപ്പോൾ എഴുതാനുള്ളവയെല്ലാം, എഴുതാൻ അവശേഷിക്കു ന്നതു മുഴുവൻ ചാടിവീഴരുതാത്ത കളങ്ങളെക്കുറിച്ചാകുന്നു. അവയെ ക്കുറിച്ചെഴുതുമ്പോൾ, ആത്മാവു വരുന്നു. നീറിവീഴുന്നു. സ്വന്തം ഹൃദയം കത്തുന്ന മണം മൂക്കിലരിച്ചുകയറുന്നു. അതിന്റെ പുക പൊങ്ങുന്നു.

ഒരുവൻ ഭ്രാന്തനായി മാറട്ടെ.

അവൻ, ഒരുവൻതന്നെ, അവൻ, ആശിച്ചു.

അപ്പോൾ,

റോഡിലൂടെ,

ആലോചനയും വീണ്ടുവിചാരവുമില്ലാത്ത, ചിന്താശൂന്യമായ വിജന മായ, പാതവിളക്കുകൾ കാണാത്ത, വിഡ്ഢിയായ, ചെമ്മണ്ണുനിറഞ്ഞ,

മനസ്സിന്റെ രാജപഥം പോലെ ചോര ഇറ്റിക്കിടക്കുന്ന- റോഡിലൂടെ അവർ വരുന്നതു കാണുന്നു.

കൂടെയൊരു സ്ത്രീ.

ഒരു സ്ത്രീ വൃദ്ധയാണ്. തലയിൽ ഒരു വട്ടിയുണ്ട്. വട്ടിയിൽ കൂമ്പാരം കൂടിയ കുപ്പിച്ചില്ലുകളുണ്ട്.

കൂടെയുള്ള സ്ത്രീ യുവതിയാണ്. യുവതിയാകാനുള്ള പരിണാമത്തിലാണ്. തലയിൽ ഒരു വട്ടിയുണ്ട്. വട്ടിയിൽ, കൂമ്പാരം കൂടിയ കുപ്പിച്ചില്ലുകൾക്കു പകരം, പകുതി മാത്രം കുപ്പിച്ചില്ലുകളുണ്ട്.

ഒരു സ്ത്രീ മുൻപേ നടക്കുന്നു.

കൂടെയുള്ള സ്ത്രീ പിറകെ നടക്കുന്നു.

രണ്ടു സ്ത്രീകൾ. ഒരാൾ അമ്മയായിരിക്കും.

എങ്കിൽ,

മറ്റെയാൾ മകളായിരിക്കും.

ഒരാൾ അമ്മാവിയമ്മയായിരിക്കും.

എങ്കിൽ,

മറ്റവൾ മരുമകൾ.

ബന്ധങ്ങൾ പ്രാധാന്യമർഹിക്കുന്നുണ്ടോ? ഒരുവൻ ആലോചിക്കുന്നു. സ്വയം ചോദിക്കുന്നു. ഇല്ലെന്നാണു തോന്നുന്നത്. ശ്രീക്കുട്ടിയും ഒരുവനുമായുള്ള ബന്ധം?

അതെന്താ, ഒരു മുള്ളാണിപോലെ, വീണ്ടും വന്നു കൊള്ളുന്നത്? ഒരുവൻ ഞെട്ടുന്നു. നീ സഹകരണം പ്രതീക്ഷിച്ചോ? നിസ്വാർത്ഥമായ സ്നേഹം? ആജീവനാന്ത ഹൃദയബന്ധം?

മഠയൻ!

രണ്ടു വ്യക്തികൾ, ആണായാലും പെണ്ണായാലും, ആണും ആണും, പെണ്ണും പെണ്ണും, കൂടിയായാലും, രണ്ടു വ്യക്തികൾ രണ്ടു വസ്തുക്കളാകുന്നു. പരസ്പരം ഒന്നിച്ചുചേർന്ന് ഒരൊറ്റക്കാര്യമേ അവർക്കു ചെയ്യാൻ കഴിയൂ. അമൂർത്തമായ ആവേശത്തിനു മുകളിൽക്കയറി, പരസ്പരം പിണഞ്ഞ്, അർപ്പണബോധത്തോടെ, അങ്ങേയറ്റത്തെ സഹകരണഭാവത്തോടെ, കൈകൾ കൈകളിൽ, കാലുകൾ കാലുകളിൽ, കണ്ണു കണ്ണിനു മുകളിൽ, ചുണ്ടു ചുണ്ടുകളിൽ അലിഞ്ഞുമറന്ന്, നെഞ്ച് മാറിടത്തിനു മുകളിൽ, വയർ വയറോടു പിരിഞ്ഞ്, അങ്ങിനെ ഒരപൂർവ്വമുഹൂർത്തത്തിൽമാത്രം, അപ്പോൾ മാത്രം അവർ പരസ്പരം സഹകരിക്കുന്നു. കള്ളമില്ല. കപടമില്ല. മായമില്ല. കൺകെട്ടില്ല.

മാലോകരേ,

ഇന്ത കളിയെപ്പാര്!

ആനന്ദക്കളിയെപ്പാര്!

ഒരു കുപ്പിച്ചില്ലുവീണു. റോഡിലുടഞ്ഞു.

കൂടെയുള്ളവളുടെ വട്ടിയിൽനിന്നാണ്. വട്ടിയുടെ മൂട് ഒരല്പം കീറിയിരിക്കുന്നു. അവൾ കൈപ്പത്തികൊണ്ട് അവിടം പൊത്തിപ്പിടിക്കുന്നു.

ഈ കുപ്പിച്ചില്ലുകൾ എന്തിനാവാം? ഫാക്ടറിയിലേക്ക്? പുതിയ വീടിന്റെ, പുതിയ മതിലിന്റെ, പുതിയ സിമന്റിലേക്ക്?

"എന്തിന്?" എന്ന ചോദ്യം ഒന്നിനെ സംബന്ധിച്ചും പ്രസക്തമല്ലാത്തതുകൊണ്ട്, അതു പ്രാധാന്യം നല്കാതെ, തള്ളിക്കളയാവുന്നതേയുള്ളു. എന്തിനുമായ്ക്കൊള്ളട്ടെ.

വെറുതെ എറിഞ്ഞുകളിക്കാൻ.

തീയിലിടാൻ. ചുട്ടുതിന്നാൻ. അയൽക്കാരന്റെ പട്ടിയെ എറിയാൻ. അവൻ പോകുന്നവഴിയിൽ മണലിൽ പൂഴ്ത്തിവയ്ക്കാൻ.

അവൻ ശത്രുവാകുന്നു.

ശത്രു അയൽക്കാരനാകുന്നു.

ശത്രു ഒരു പ്രശ്നമേ അല്ല എന്നത് വസ്തുതയാകുന്നു.

ബ്രഹ്മദണ്ഡിയും ശ്മശാനഭസ്മവും ശ്മശാനഅസ്ഥിയും പന്നിമാംസവും ആമത്തലയും എടുത്തു മനുഷ്യന്റെ തലയോട്ടിൽ ഇട്ടു ശത്രുഗൃഹത്തിൽ കുഴിച്ചിട്ടാൽ, അയാൾ കുടുംബത്തോടുകൂടി നാടുവിട്ടു പോകുന്നതാകുന്നു.

എന്തെളുപ്പം!

വർത്തമാനം അതല്ല, കുപ്പിച്ചില്ല്.

കുപ്പിച്ചില്ല് താഴെ വീണിരിക്കുന്നു, ഉടഞ്ഞിരിക്കുന്നു. പുതിയ കുപ്പിച്ചില്ലുകൾ താഴെ വീണുകൊണ്ടിരിക്കുന്നു! ഉടയുന്നവയും ഉടയാത്തവയും റോഡിൽ ചിതറിക്കിടക്കുന്നു.

ഡബിൾഡെക്കർ പോലെയുള്ള വാടകക്കെട്ടിടത്തിന്റെ പിളർന്നു തുറന്ന രണ്ടാംനിലയിൽ നിൽക്കുന്ന ഒരുവൻ–

–പൊട്ടിച്ചിരിച്ചു.

പെണ്ണിന്റെ നില കൊള്ളാം. വട്ടിയുടെ മൂട് കൈകൊണ്ടു പൊത്തി, പരിഭ്രമിച്ച്, തോളിൽ പുതിയ കുപ്പിച്ചില്ലുകൾ വീണു മുറിഞ്ഞ്, കണ്ണു നിറഞ്ഞ്, മുമ്പിലുള്ള അമ്മയെ, അല്ലെങ്കിൽ അമ്മാവിയമ്മയെ, സഹായത്തിനു വിളിച്ചു–

പാവം!

സ്ത്രീ തിരിഞ്ഞുനിന്നു. ചീത്ത പറഞ്ഞു. ഒറ്റയൊരു ചില്ല് റോഡിലെങ്ങാനും കിടന്നാൽ, ഇന്ന് ഞാനങ്ങു ചെല്ലട്ടെ, ചവിട്ടി നിന്റെ എക്കൊടിക്കും. പെറുക്കെടീ എല്ലാം!

ദുരിതമായി!

ഒരുവൻ വിചാരിച്ചു.

'ദുരിതമായി' എന്ന വാചകം അതേപോലെ, ഇളയ പെണ്ണിന്റെയുള്ളിലും ഇപ്പോഴുണ്ടാവും. ദുരിതം. നല്ലൊരു പദം. കുപ്പിച്ചില്ല് എന്നൊാക്കെപ്പറയുന്നതുപോലെ.

കുപ്പിച്ചില്ലും ദുരിതവും.

കുപ്പിച്ചില്ലോ ദുരിതമോ?

കുപ്പിച്ചില്ല് സമം ദുരിതം.

ഒന്നെടുത്തുതാ അമ്മച്ചീ.

പെണ്ണ് അപേക്ഷിച്ചു. അവളുടെ സ്വരത്തിൽ അക്ഷമയും നിരാശയും നിസ്സഹായാവസ്ഥയും കേട്ടു. എനിക്കിത് കുനിഞ്ഞു പെറുക്കാൻവയ്യ. കൈകൊണ്ട് ഞാൻ വട്ടി താങ്ങിയിരിക്കുവാ.

ഫ! സ്ത്രീ മുഖമടച്ചാട്ടി. നിന്നോടൊക്കെ അപ്പഴേ ഞാൻ പറഞ്ഞതാരുന്നു.

എന്താവും പറഞ്ഞത്? ആവോ, ആർക്കറിയാം.

വട്ടി എടുക്കരുത് എന്ന് എന്തായാലും പറഞ്ഞുകാണില്ല. കുപ്പിച്ചില്ല് ചുമക്കരുത് എന്നു തീരെയും പറയില്ല. അവൾ വന്നതുതന്നെ അതിന്നുവേണ്ടിയാണ്. അവളുടെ സാന്നിദ്ധ്യം തന്നെ അതിന്നുവേണ്ടിയാണ്. നിലനില്പിന്റെ സാധൂകരണം പോലും അതിന്നായാണ്.

അപ്പോൾപിന്നെ-

എന്റെ കൈയൊഴിയത്തില്ലമ്മച്ചീ! പെണ്ണു വിലപിച്ചു.

കൈയൊഴിയത്തില്ലേല്, കാലുകൊണ്ടു തോണ്ടിയെട് ശവമേ. പെണ്ണിന്റെ അമ്മച്ചി ആജ്ഞാപിച്ചു.

ഒരുവന്, ഓടിയിറങ്ങി, തല കുത്തിമറിഞ്ഞ് പെണ്ണിനെ ചിരിപ്പിച്ച്, ആ കുപ്പിച്ചില്ലുകൾ വാരി വട്ടിയിലിട്ട്, അവളുടെ മൂട്ടിൽ ഒരു തട്ടും തട്ടി ഓടിപ്പോരാൻ തോന്നി.

അപ്പോഴേക്കും മുമ്പിലുള്ള സ്ത്രീ നടന്നുകഴിഞ്ഞു.

അതു പെറുക്കാതെ ഇങ്ങോട്ടെങ്ങാനും വന്നാൽ-

അന്ത്യശാസനം. ഭീഷണി.

ഒരുവന് ചോദിക്കാൻ തോന്നി "വന്നാലെന്തോ ചെയ്യും?" അതിന് ഈ വേഷം പോരാ. നിക്കറിടണം. മൂക്കിലൂടെ നീരൊലിക്കണം. കാലിൽ ചൊറി വേണം. കയ്യിൽ പൊടിയും അഴുക്കും വേണം. ഇവയെല്ലാമുണ്ടെങ്കിൽ ചോദിക്കാമായിരുന്നു. "പിന്നേ പിന്നേ, വന്നാലെന്തോ ചെയ്യും? മൂക്കീവലിച്ചുകേറ്റിക്കളേമോ? അയ്യടാ. വിളിക്കുന്നു."

കഴിഞ്ഞ വസന്തകാലത്തിൽ

പെണ്ണ് കാലുകൊണ്ട് റോഡിൽ പരതി. കുപ്പിച്ചില്ലിനെ കാൽവിരലു കൾക്കിടയിൽ ഞെരുക്കിപ്പിടിച്ചെടുക്കാൻ ശ്രമിച്ചാലെന്തുഫലം?

കാൽ മുറിയും.

പെണ്ണിന്റെ വിരൽ മുറിഞ്ഞു. ചോരകിനിയുന്നത് ഒരുവൻ കണ്ടു.

അവൾ പരിഭ്രമിക്കുന്നു. മുമ്പിൽ സ്ത്രീയെ കാണാതെ, ചുറ്റും പൊതിഞ്ഞുവീഴുന്ന അന്ധകാരം കണ്ട്, ഒരുവന്റെ ആക്ഷേപച്ചിരി കേട്ടു വിളറി, പൊട്ടിച്ചിരി കേട്ടു ഞെട്ടി.

കുപ്പിമുറി എടുക്കാതെ, കാൽപ്പത്തിയിൽനിന്നൊലിക്കുന്ന രക്തവു മായി, അവൾ ഓടി.

കുപ്പിച്ചില്ല് റോഡിൽത്തന്നെ കിടന്നു. പെണ്ണ്!

ഒരു ചെമ്പകപ്പൂവുണ്ടായിരുന്നെങ്കിൽ!

ഒരുവന്റെ ആശ.

ഒരു ചെമ്പകപ്പൂവുണ്ടായിരുന്നെങ്കിൽ, ഒരു മഞ്ഞച്ചെമ്പകപ്പൂവുണ്ടാ യിരുന്നെങ്കിൽ, ഒരു ചെമ്പകപ്പൂവിതളെങ്കിലുമുണ്ടായിരുന്നെങ്കിൽ-

അത് അവളുടെ മുടിക്കെട്ടിൽ തിരുകിക്കൊടുക്കാമായിരുന്നു.

നല്ല രസമായിരിക്കും.

കാലിൽ ചോരപ്പൂവും തലയിൽ ചെമ്പകപ്പൂവും വിടർന്നുനിൽക്കുന്ന പെൺകുട്ടി സത്യത്തോടടുത്ത ഒരു സങ്കല്പമായിരിക്കും: ചിത്രമായി രിക്കും.

രാത്രി വിരിഞ്ഞു. ∎

നക്ഷത്രദുഃഖം

എല്ലാം ഒരിക്കൽകൂടി ആവർത്തിക്കപ്പെടാൻ പോകുന്നു.

മുളവേലികൾ ചുറ്റി നിർത്തിയിരിക്കുന്ന കൊച്ചുകുടിലിലേക്ക് കയറിച്ചെല്ലും. മുറ്റം ഉറങ്ങിക്കിടക്കും. പൊളിഞ്ഞു വീഴാറായ കതകിന്റെ പാളികൾ, തുരുമ്പുകയറിയ വിജാവരികളിൽ നിന്നു വിറയ്ക്കും. അതു നോക്കി, അകത്തുറങ്ങുന്ന നിശ്ശബ്ദതയെ ഭയപ്പെട്ട് എന്തു ചെയ്യണമെന്നറിയാതെ അല്പനേരം പകച്ചുനിൽക്കും. തോളത്തുനിന്നു എയർബാഗ് എടുത്ത് കാലുറയ്ക്കാത്ത മേശമേൽ വയ്ക്കും. ആ ശബ്ദംകേട്ട് അമ്മ അകത്തുനിന്നു വിളിച്ചുചോദിക്കുന്നു:

"ആരാത്?"

ഉത്തരം പറയാതെ, ചെരുപ്പൂരി മൂലയിലിടുമ്പോൾ, ഇഴഞ്ഞ ശബ്ദം വാതിൽപ്പൊളികൾക്കിടയിലൂടെ നൂണെത്തും.

"ആരാ, മാലിനിയാണോ?"

ചുണ്ടുകൾക്കുള്ളിൽ ഒതുക്കാനാശിച്ച മറുപടി, പിടിവിട്ട്, പുറത്തേക്കു പറക്കും: "അതെ."

എന്നിട്ട്, മുഖത്ത് കൃത്രിമമായ സന്തോഷം പരത്തിവച്ചുകൊണ്ട് അകത്തേക്കു കയറിച്ചെല്ലും.

"നെന്നെക്കാണാഞ്ഞ് ഇതെന്താത്ര താമസിക്കണേ, ഇതെന്താത്ര താമസിക്കണേന്ന് വിചാരിച്ച് ഇരിക്ക്യാരുന്നൂ ഞാൻ" അമ്മ പറയും.

മറുപടി പറയില്ല. ചെറുതായി ഒന്നു ചിരിക്കുക മാത്രം ചെയ്യും.

"അമ്മയ്ക്കിപ്പോ എങ്ങനൊണ്ട്? സൂക്കടൊക്കെ കുറവില്ല്യേ?"

അമ്മ കുറവുണ്ടെന്നോ ഇല്ലെന്നോ അർത്ഥമാകാത്ത തരത്തിൽ ഒന്നു മൂളും. എന്നിട്ടകത്തേക്കു നോക്കി ചേച്ചിയെ വിളിക്കും:

"ഇതാരപ്പൊ വന്നതെന്ന് ഒന്നു നോക്ക്യേ, ഭാർഗ്ഗവിയെ ദാ ഇങ്ങോട്ടൊന്ന് എറങ്ങിവരുന്നേ."

ഭാർഗ്ഗവി എന്ന ചേച്ചി അടുക്കളയിൽനിന്നു കരിയിൽ കുളിച്ച് ഇറങ്ങിവരുമ്പോൾ, താൻ അമ്മയുടെ അരികിൽ ഇരിക്കുകയായിരിക്കും.

അമ്മയുടെ വിരലുകൾ തന്റെ മുടിക്കിടയിൽ വിരവിനടക്കും. ഏത് എണ്ണ യാണു തേക്കുന്നതെന്ന് അവർ അന്വേഷിക്കും. മുടി കൊഴിഞ്ഞിട്ടുണ്ടെന്നു വിഷാദിക്കും. താൻ അമർഷമൊതുക്കി, എല്ലാവരോടും സഹതപിച്ചു കൊണ്ടു ചിന്തിക്കും, ഇവരെല്ലാം എന്നോട് അന്യരൊത്തിയോടെന്ന പോലെ പെരുമാറുന്നു. ഞാൻ ഈ വീട്ടിലെ ഒരംഗമല്ലെന്നപോലെ. ഈ സ്നേഹം കാണിക്കൽ കള്ളമാണ്. മൂന്നാം തീയതികളിൽ, അമ്മയുടെ തള്ളവിരലിൽ മഷികാണാതെയിരിക്കട്ടെ, ഈ സ്നേഹം എവിടെ യെങ്കിലും പോയൊളിക്കും, പൂഴിയിലെ മഴപോലെ.

ചേച്ചിയുടെ ശബ്ദം, ചിന്തകളിൽനിന്നുണരുന്നത് ഒരുപക്ഷേ ഇങ്ങനെ യാവും: “ഇതാര്, മാലുവല്ലേ? പോയി സാരി അഴിച്ച് അഴയിലിട് കുട്ടീ. എന്റെ മുണ്ടപ്പുറത്തൊണ്ടാവും.” അതല്ലെങ്കിൽ, ജയനും ശാരദയും ഇപ്പോൾ സ്ക്കൂളിൽനിന്നു വരുമെന്നോ, അവർ ഇന്നലെമുതൽ, ചേച്ചി വരുന്നതും കാത്ത് തുള്ളിച്ചാടി നടക്കുകയാണെന്നോ ഒക്കെപ്പറയും.

അപ്പോൾ ഉള്ളിലെ അമർഷം എരിഞ്ഞടങ്ങിപ്പോവും.

ഇളയകുട്ടികളെക്കുറിച്ച് ചോദിക്കും. അവർക്കായി കൊണ്ടുവന്നിട്ടുള്ള അര കിലോഗ്രാം മിഠായിയും നാല് ഓറഞ്ചുകൾ തിക്കിക്കെട്ടിയിരിക്കുന്ന കടലാസുപൊതിയും ചേച്ചിയുടെ കയ്യിൽ കൊടുക്കും. അമ്മ കട്ടിലിലേക്കു ചരിഞ്ഞുകൊണ്ട്, പുതപ്പെടുത്ത് കണ്ണും മൂക്കും തുടച്ച് പറയും: “നീതന്നെ അങ്ങോട്ടു കൊടുത്തോളാ. നീയല്ലേള്ളൂ അവർക്കെന്തെങ്കിലും കൊടു ക്കാൻ.”

ആരോടും ഒന്നും വാങ്ങിയിട്ടില്ല. എല്ലാം കൊടുക്കുകമാത്രം. എന്നെ നിങ്ങളെല്ലാവരുംകൂടി പിഴിഞ്ഞെടുക്കുന്നു. എന്റെ അവസാനത്തെ തുള്ളി കൂടി നിങ്ങൾ വികാരഭേദമില്ലാതെ പങ്കുവെയ്ക്കും. ഉള്ളിലിരുന്ന് ആരോ പറയും: ‘ഒരു മകൾ ജോലിനോക്കുന്നെന്നു പറഞ്ഞ്–’

ചേച്ചി അടുക്കളയിലേക്കു പോകുമ്പോൾ ഒക്കത്തിരിക്കുന്ന കുഞ്ഞിനെ നിലത്തുവച്ചിട്ട് തന്നെ ചൂണ്ടിക്കാണിക്കും. ഇളയമ്മയെ കാണുമ്പോൾ കുട്ടി കണ്ണുകളിൽ അദ്ഭുതം വിരിയിക്കും. ചിരിനിർത്തും, കരച്ചിൽ തെളിഞ്ഞുവരാൻ തുടങ്ങും. അപ്പോൾ അമ്മ കിന്നാരിക്കും:

“എപ്പൊ നോക്കിയാലും ഒരു മൊലകുടി. എന്റെ മോടെ ശരീരം മുഴുവനും ഈ നീർപ്പന്തക്കാരി വലിച്ചെടുക്കും, അല്ല്യേ?”

കുട്ടി അതിന്റെ തള്ളയുടെ പിറകെ അടുക്കളയിലേക്കു ഇഴഞ്ഞു നീങ്ങുമ്പോൾ, താൻ ഭാർഗ്ഗവിയേട്ടത്തിയുടെ ഭർത്താവിനെക്കുറിച്ച് അന്വേ ഷിക്കും. പഴയ ഉത്തരംതന്നെ കിട്ടും.

ബോട്ടിലെ സ്രാങ്കായി വീണ്ടും ജോലി കിട്ടിയേക്കും. അതിനുവേണ്ടി ശ്രമിക്കുന്നുണ്ട്. കുറേക്കാലത്തിനുശേഷം കഴിഞ്ഞയാഴ്ച ഇവിടെ വന്നി രുന്നു. മോൾക്ക് ഉടുപ്പിനുള്ള ശീലയും കൊണ്ടുകൊടുത്തു. രാത്രി വന്ന്, രാവിലെത്തന്നെ പോയി.

അതു കേൾക്കുമ്പോൾ ഉള്ളിൽ കൊത്തിവലിക്കൽ. മോൾക്ക് ഉടുപ്പു ശീലയും ഭാര്യയുടെ ഗർഭപാത്രത്തിലേക്കു ബിന്ദുവുമായി അയാൾ ഇടയ്ക്കിടെ ഇങ്ങനെ കയറി വരാതിരുന്നെങ്കിൽ! അല്ലാതെതന്നെ ആവശ്യത്തിലേറെയുണ്ട്, ആൾക്കാർ. അമ്മ, ചേച്ചി, അനിയൻ, അനിയത്തി, ഇപ്പോഴിതാ ചേച്ചിയുടെ കുട്ടി. ഇനി ഇതിങ്ങനെ പോയാൽ.

ഭാർഗ്ഗവിഏട്ടത്തിയുടെ ഭർത്താവിനു വേഗം ജോലികിട്ടിയിരുന്നെങ്കിൽ!

ചേച്ചിയുടെ വിഷാദം വലകെട്ടിയ മുഖം അടുക്കളയിൽനിന്ന് തെളിഞ്ഞുവരും. കറുപ്പുനിറം മുഴുവനായി മാറാത്ത ഒരു ഗ്ലാസ് കാപ്പി പാലില്ല എന്നൊരു ക്ഷമാപണത്തോടുകൂടി മുന്നിൽ വരും. അപ്പോൾ സ്വയം വെറുപ്പുതോന്നും.

വീട്ടിലെ മറ്റെല്ലാവരിൽനിന്നും വ്യത്യസ്തമായി ഇങ്ങനെയൊരു ജീവിതം നയിക്കേണ്ടിവന്നതിനെച്ചൊല്ലി ലജ്ജിക്കും. ആഴമുള്ള അസന്തുഷ്ടിയുടെ നിശ്ചലമായ മുഖത്തു സഹാനുഭൂതി ശബ്ദമുണ്ടാക്കാതെ തുടിച്ചുവീഴും. ചുറ്റും ആയുസ്സുകുറഞ്ഞ ഓളങ്ങൾ വിടർന്നുവരും.

മുമ്പ് എത്രയോ പ്രാവശ്യം പരിചയമുള്ളതാണ് ഈ ദിവസം. വീണ്ടും ഇപ്പോഴിതാ ഒരിക്കൽകൂടി. ചുറ്റിക്കറങ്ങി, തിരികെ വിരലുകളിലെത്തുന്ന, പരിചിതമായ രുദ്രാക്ഷമണിപോലെ...

വൈകുന്നേരം കുട്ടികളെത്തി. പച്ചപ്പ് മങ്ങി നരച്ചു തുടങ്ങിയ സ്ക്കൂൾഫാമിനുള്ളിൽ ശാരദ കുറേക്കൂടി ശോഷിച്ചുകണ്ടു. അനിയന്റെ മുഖത്തു വിശപ്പും ആർത്തിയും കോലം വരച്ചിട്ടിരിക്കുന്നു.

"എനിക്കൊരു പുതിയ പാവാടേം ബ്ലൗസ്സും വാങ്ങി വരാംന്ന് പറഞ്ഞിട്ട്?-" ശാരദയുടെ പരിഭവം.

"നോട്ടുപുസ്തകം മുഴുവൻ തീർന്നു ട്ടോ. ഇപ്പൊ കടലാസ്സിലാ പഠിപ്പ്. മാഷ് കണ്ടാ അടി കിട്ടും."

അവരോടു ദ്വേഷ്യം തോന്നരുത്. അവർക്കു വേണ്ടതു കൊടുക്കാൻ താൻ മാത്രമല്ലേയുള്ളു. എട്ടും പത്തും വയസ്സായ കുട്ടികളാണ്. കാണുമ്പോൾ ഓടിവന്നു കെട്ടിപ്പിടിച്ചെന്നുവരില്ല. ആവശ്യം പറയും. അതു കേൾക്കുമ്പോൾ "ഇതാ, തന്നെ പിഴിഞ്ഞെടുക്കാൻ രണ്ടാൾകൂടി" എന്നൊന്നും വിചാരിക്കരുത്.

"എല്ലാം വാങ്ങിത്തരാം. അതിരിക്കട്ടെ. നീ പഠിക്കണണ്ടോ?"

"പിന്നെ പഠിക്കാതെ. ശരിക്കെന്നെ പഠിക്കണൊണ്ട്." ശാരദയുടെ മുഖത്ത് അഭിമാനം ഉണരുന്നതുകാണുമ്പോൾ തീർച്ചയാക്കാം. അവൾക്കു നല്ലമാർക്കു കിട്ടിയിട്ടുണ്ടെന്ന്.

"മാർക്കെങ്ങിനെ?"

"നാലെണ്ണത്തിന്റെ മാർക്കു പറഞ്ഞു. അതില് മൂന്നെണ്ണത്തിനു ഫസ്റ്റ്. കണക്കിനുമാത്രം സെക്കന്റായിപ്പോയി."

തനിക്കെങ്ങനെ കുറ്റംപറയാൻ പറ്റും? ആരെയെങ്കിലും പഴിപറയാനാവുമോ? അൻപതു രൂപകൊണ്ട് ഇവിടെ അഞ്ചു വയറുകൾ കഴിയുന്നു. താനൊരാൾക്കു മാത്രമായി അതിന്റെ ഇരട്ടിയിലധികമാവുന്നു.

ഉമ്മറത്തു വിളക്കു തെളിഞ്ഞു. തന്റെ തറയിൽ കൺമിഴിച്ച തിരി, എണ്ണകിട്ടാതെ വിറച്ചുകൊണ്ടുനിന്നു.

മുറ്റത്തിറങ്ങിനിന്ന്, ആകാശത്തേക്കു നോക്കി. ഇന്നു ചന്ദ്രനുണ്ട്. കുറെ നക്ഷത്രങ്ങളും.

പണിയെടുക്കുന്ന നഗരത്തിൽ ആവുമ്പോൾ ഇതൊന്നും കാണില്ല. പൂർണ്ണചന്ദ്രൻ ആളറിയിക്കാതെ പതുങ്ങിക്കടന്നുപോവും. കറുത്ത വാവിനെ വിദ്യുച്ഛക്തി ആട്ടിയോടിക്കും. പലപ്പോഴും കറന്റു പോകുന്ന രാത്രികളിലാണ്, ചന്ദ്രികയെക്കുറിച്ചോർക്കുകതന്നെ. ഒരിക്കൽ ഇത് അദ്ദേഹത്തിനോടു പറഞ്ഞതാണ്.

ബീച്ചിൽ ആളുകൾ കുറഞ്ഞു കൊണ്ടിരുന്ന ഒരു സന്ധ്യ.

കടലിന്റെ മാറിൽ നിലാവ് ആലംബമറ്റു കിടന്നു. തിരമാലകൾ തേങ്ങലൊതുക്കി, വിഷമമടക്കി, പൗർണ്ണമിയുടെ വെളിച്ചത്തെ തഴുകി.

ഇപ്പോൾകൂടി അതെല്ലാം കാണാൻ പറ്റുന്നതുപോലെ. ചാളത്തടികളുടെ ഇരുണ്ട മറവിൽ, ഒരു യുവതിയും യുവാവും. അവരെ തഴുകി കടന്നുപോകുന്ന കാറ്റിൽക്കൂടി പ്രേമത്തിന്റെ മണം തുടിച്ചുനിൽക്കുന്നു. കടലിന്റെ പിടിവിട്ടു ചെന്നു നിൽക്കുന്ന ചന്ദ്രനെയും തൊട്ടടുത്തു നിൽക്കുന്ന നക്ഷത്രത്തേയും കുറിച്ച് അവൾ സംസാരിക്കുന്നു. കഴിഞ്ഞ കുറെ ദിവസങ്ങളായി അവൾ ആ നക്ഷത്രത്തെതന്നെ ശ്രദ്ധിക്കുകയാണത്രെ. ലോഡ്ജിലെ ജനലയ്ക്കു നേരെനിന്നു ചന്ദ്രനും നക്ഷത്രവും.

“എന്നിട്ടെന്തു കണ്ടുപിടിച്ചു?” അയാൾ ചിരിക്കുന്നു.

അവൾ കണ്ടുപിടിച്ച കാര്യം പറയുന്നു. ആ ചന്ദ്രൻ കാമുകനാണ്. ആ നക്ഷത്രം–

“മാലിനിയും,” അയാൾ കൂട്ടിച്ചേർക്കുന്നു. എന്നിട്ടു പരിഹാസത്തിന്റെ സ്വരത്തിൽ പറയുന്നു. “ഓ, ഇതാണോ? ഇതു മുമ്പെത്രയോ പേർ പറഞ്ഞുകഴിഞ്ഞതാണ്.”

അവൾ മണ്ണിൽ വിരൽ താഴ്ത്തിയിരുന്ന് ആലോചിക്കുന്നു. താൻ പറയാൻ വന്നതു പറയണോ?അത് അദ്ദേഹത്തിനു വിഷമമാവില്ലേ? എന്തോ പറയാൻ തുടങ്ങി, വേണ്ടെന്നുവയ്ക്കുന്നു. അപ്പോൾ അയാൾ പ്രോത്സാഹിപ്പിക്കുന്നു.

“എന്താണു പറയാൻവന്നത്? പറയൂ. എന്താണു കണ്ടുപിടിച്ചതെന്നു കേൾക്കട്ടെ.”

അവൾ ഒതുങ്ങിയ ശബ്ദത്തിൽ തിരകൾക്കും കടൽക്കാറ്റിനും കേൾക്കാനാവാത്ത സ്വരത്തിൽ ഭംഗികൊടുത്ത് അതു പറയുന്നു. ആ

നക്ഷത്രം, ചന്ദ്രനോട്, ഓരോ ദിവസവും കുറേശ്ശെക്കുറേശ്ശെയായി അടുക്കുന്നുണ്ട്. കറുത്ത പൗർണ്ണമി രാത്രിയിൽ, ദിവ്യജ്യോതിസ്സോടുകൂടിയ അവനെ അവൾ കണ്ടു അന്ധമായി ആരാധിച്ചുപോയി. പിന്നെ ഓരോ ദിവസവും രഹസ്യത്തിന്റെ കാൽവയ്പുകളോടെ അവൾ അടുത്തടുത്തുവരുന്നു. ഒടുവിൽ അവനോട് വളരെയടുത്ത നാളിൽ, അവൾ ആശ്വസിക്കുന്നു. "നാളെ അവന്റെ കൈകളിൽ."

പിറ്റേന്ന് നക്ഷത്രകാമുകി വിശാലമായ ആകാശത്തിൽ കൺമിഴിക്കുമ്പോൾ ചന്ദ്രനില്ല. പരന്ന ഇരുട്ടിന്റെ കരയില്ലാത്ത കടലിൽ അവളൊറ്റയ്ക്ക് മുഖംപൊത്തിനിന്നു തേങ്ങും. കറുത്തവാവിന്റെ രാത്രിയിൽ ആരും ആ കണ്ണുനീർത്തുള്ളികൾ ശ്രദ്ധിച്ചെന്നു വരില്ല.

കോടികോടി പുരുഷാന്തരങ്ങളായി ആവർത്തിക്കപ്പെട്ടുപോരുന്ന ഒരു ശിഥിലമോഹത്തിന്റെ കഥ.

അയാളുടെ ഹൃദയത്തിൽ കണ്ണുനീരിന്റെ ഉപ്പുതുള്ളികൾ വീഴുന്നു. അതൊഴിവാക്കാൻവേണ്ടി. "എന്തെല്ലാം ഭാവനകളാണ് മാലിനിക്കുണ്ടാവുന്നത്, ഈ സ്പേസ്യുഗത്തിൽ?"

ഹൃദയത്തിൽ വേദന ഒതുങ്ങില്ല. നിശ്ശബ്ദമായ മാത്രകൾ...

ഒടുവിൽ അയാൾ മുമ്പു പലപ്പോഴും എന്നതുപോലെ ആവർത്തിക്കുന്നു. "നക്ഷത്രമേ! നമുക്കു വിവാഹം ചെയ്തുകൂടേ?"

അവൾ തേങ്ങിക്കരയുന്നു. എങ്ങിനെ കരയാതിരിക്കും? അയാൾക്കു പണം വേണ്ട, പൊന്നു വേണ്ട, ഒന്നും വേണ്ട. ഒന്നൊഴികെ. അവൾ ജോലി രാജികൊടുക്കണം.

കാരണം പറയുന്നുണ്ട്. അയാൾക്കു കിട്ടുന്ന ശമ്പളംകൊണ്ടുമാത്രം ഒരു കുടുംബത്തിനു സുഖമായിക്കഴിയാം. പിന്നെ ചെറുപ്പം മുതൽക്ക് ഉള്ളിൽ ഭാര്യയെക്കുറിച്ച് ഒരു സങ്കല്പംവച്ചു പുലർത്തിയിട്ടുണ്ട്.

വൈകുന്നേരം ഓഫീസിൽനിന്നു മടങ്ങിയെത്തുമ്പോൾ കാപ്പിയുമായി കാത്തുനിൽക്കുന്ന അവളുടെ വിരലുകളിൽ ടൈപ്പ്റൈറ്ററിൽനിന്നു പുരണ്ട മഷിയില്ല.

ഓഫീസിലെ സഹപ്രവർത്തകരുടെയും മേലുദ്യോഗസ്ഥന്മാരുടെയും അപമര്യാദ നിറഞ്ഞ പെരുമാറ്റം അവളുടെ കവിളിൽ വിഷാദരേഖകൾ വരച്ചിട്ടില്ല.

ഒക്കെയും ശരിയാണ്.

പക്ഷേ, എങ്ങനെ പറയാനൊക്കും? ആശ്രയിച്ചുകഴിയുന്ന അഞ്ചാറുവയറുകളെക്കുറിച്ചു പറഞ്ഞാൽ അയാളെന്തു പറയുമെന്നുകൂടി അറിയാം. "അവരെയൊക്കെ നോക്കാൻ ഞാൻ കൂടിയുണ്ടാവും. മാലിനി അതോർത്തു ബുദ്ധിമുട്ടണ്ടാ."

ആ ഹൃദയത്തെ ചുംബിക്കാം. പക്ഷേ അവളിലെ പെണ്ണു വിലക്കുന്നു. “ഇതൊക്കെ എല്ലാ പുരുഷന്മാരും പറയും. വിവാഹം കഴിയുമ്പോൾ മട്ടു മാറും.”

“മാലിനിക്കു ജോലി കൂടിയേ തീരൂ എന്ന് എന്താണിത്ര നിർബന്ധം? അതിന്റെയർത്ഥം എന്നെ ഇനിയും വിശ്വാസമായിട്ടില്ല എന്നല്ലേ?”

പല പ്രാവശ്യവും ചോദിച്ച ഈ ചോദ്യത്തിന് കഴിഞ്ഞ ആഴ്ച മറുപടി പറഞ്ഞു: “അടുത്തയാഴ്ച ഞാൻ വീട്ടിൽ പോവുന്നുണ്ട്. അവരോടു പറഞ്ഞിട്ട് ഞാൻ രാജി കൊടുക്കും. എന്താ, അതു പോരെ?”

അയാളുടെ മുഖത്ത് സന്തോഷത്തിന്റെ തിളക്കം. അവളുടെ ഹൃദയത്തിൽ വിഷാദത്തിന്റെ ചുളിവുകൾ. അസംഭവ്യതയെക്കുറിച്ചുള്ള ഭയം.

ഇപ്പോഴും അതങ്ങനെ നിൽക്കുന്നു. അമ്മയോടും മറ്റും ഇക്കാര്യം പറഞ്ഞുതീർക്കുന്നതുവരെ എങ്ങിനെ സ്വൈര്യം കിട്ടാനാണ്? പക്ഷേ, പറയാതെയിരുന്നാൽ?

“അമ്മേ, വെളക്കണെയാൻ പോണൂ.” അകത്തുനിന്നു ശാരദയുടെ ശബ്ദംകേട്ടു. ആരും മറുപടി പറയുന്നില്ല. ഇനി ഒഴിച്ചു കൊടുക്കാൻ മണ്ണെണ്ണ ഉണ്ടാവില്ല.

അകത്തേക്കുചെന്നു. വിജയൻ വെറും തറയിൽ കമിഴ്ന്നു കിടന്നുറങ്ങുന്നു, ശാരദ കുപ്പിവിളക്കെടുത്തു തലകീഴായി പിടിച്ചു നോക്കുന്നു. അല്പനേരത്തേക്കു തിരിയിൽ പ്രകാശമെത്തും. വീണ്ടും കരിന്തിരി.

“നീ പോയിക്കിടന്നുറങ്ങിക്കോളൂ.” അവളോടു പറഞ്ഞു. “ഇനിയുള്ളതു കാലത്തു ചെയ്യാം.”

വിജയനെ തട്ടിയുണർത്തി കുപ്പിവിളക്കുമെടുത്ത് കുട്ടി അകത്തേക്കു നടന്നു. മുറിയിൽ ഇരുട്ടായി. മൂലയിൽനിന്ന് അമ്മ അവളെ എന്തിനോ ശകാരിക്കുന്നതുകേട്ടു. എന്നിട്ടു തന്നോടായി കൂട്ടിച്ചേർത്തു:

“നീ ചെന്നു വല്ലതും വാങ്ങിക്കഴിക്കു മോളേ.”

ഉണക്കമീൻ പൊരിച്ചത് ഇന്നു സ്പെഷ്യലാണ്. അതുപോലെ കാച്ചിയ പപ്പടവും.

കഞ്ഞി കുടിക്കുമ്പോൾ വെറുതെ പ്ലാവിലയുടെ ചോട്ടിലൂടെ ഒരു ദ്ധാരത്തിലൂടെ ഒഴുകിപ്പോകുന്ന വെള്ളത്തെക്കുറിച്ചാലോചിച്ചു. കനമില്ലാത്തതുകൊണ്ട് അതിന് ഇലയിൽ സ്ഥാനമില്ല. ഇതേവരെ ഒപ്പമുണ്ടായിരുന്ന ചോറ് എന്നേക്കുമായി പിരിഞ്ഞുപോവുന്നു.

അപ്പുറത്തുനിന്ന് അമ്മയുടെ ചുമ തുടരെ കേട്ടു. ദേഹം പിളർന്നു പോവുന്നതുപോലെ തോന്നി.

കഞ്ഞി വിളമ്പുന്നതിനിടയിൽ ചേച്ചി പറഞ്ഞു: “അമ്മയ്ക്കിയ്യിടെയായി തീരെ സുഖല്ല്യാ.”

“ഉം.” നിർവ്വികാരമായി മൂളുക മാത്രം ചെയ്തു. ഇത് എന്തിന്റെ പുറപ്പാടാണെന്നറിയാം.

“മരുന്നുവാങ്ങിക്കഴിക്കണംന്നു പറഞ്ഞാ, അനുസരണയുണ്ടായിട്ടു വേണ്ടേ?”

ഒന്നും മിണ്ടിയില്ല. ചേച്ചി തുടർന്നു: “ഇനി മാലു വരുമ്പോ, ഒരൂട്ടം ചെയ്യോ?”

ചോദ്യഭാവത്തിൽ ചേച്ചിയുടെ മുഖത്തേക്കു നോക്കി. അവർ മുഖം താഴ്ത്തി, കഞ്ഞിപ്പാത്രത്തോടെന്നവണ്ണം പറഞ്ഞു: “വല്ല ടോണിക്കും ഗുളികയും എന്തെങ്കിലും–”

“ഇനി രണ്ടുമാസം കഴിഞ്ഞേ വരൂള്ളൂ.”

ചേച്ചി നിശ്ശബ്ദയായി നിന്നതേയുള്ളു. ആ സംസാരം തുടർന്നുകൊണ്ടുപോവാൻ മടി തോന്നി. പ്രായം കവിഞ്ഞുനിൽക്കുന്ന ഒരു പെണ്ണിന്റെ വിവാഹക്കാര്യമൊഴികെ, മറ്റെന്തും ഇവിടെ സംസാരവിഷയമാകും, കൂടെപ്പഠിച്ചിരുന്ന കുട്ടികൾക്കെല്ലാം ഒന്നും രണ്ടും മക്കളായിക്കഴിഞ്ഞു. താൻമാത്രം, താൻമാത്രം–

ഉള്ളിൽ ഈർഷ്യയുടെ കനലുകൾ എരിഞ്ഞുതുടങ്ങി. ഇവരാരും ഉണ്ടാവില്ല തന്റെ കാര്യമന്വേഷിക്കാൻ.

കൈ കഴുകുമ്പോഴും ഉള്ളിൽ എന്തോ ഇരമ്പിമറിഞ്ഞുകൊണ്ടിരിക്കുന്നതായിത്തോന്നി. ഇനി അതു പറഞ്ഞില്ലെങ്കിൽ പറ്റില്ല.

മുണ്ടിന്റെ തുമ്പമർത്തി മുഖം തുടയ്ക്കുമ്പോൾ പെട്ടെന്ന് ആരോടുമല്ലാതെ പറഞ്ഞു: “എന്റെ ജോലി പോയേക്ക്ന്നാ തോന്നണേ.”

ഇങ്ങനെ പറയാനായിരുന്നില്ല താൻ ആഗ്രഹിച്ചിരുന്നത്. ഇതൊരു കള്ളമാണ്. രാജി കൊടുത്താലല്ലാതെ തന്റെ ജോലി നഷ്ടപ്പെടാൻ പോവുന്നില്ല. എന്നിട്ടും ചെയ്യാൻ ഉറച്ചുകഴിഞ്ഞ കുറ്റത്തിൽനിന്ന് ഒഴിഞ്ഞുമാറാൻവേണ്ടി മുൻകൂട്ടി കള്ളം പറഞ്ഞുവയ്ക്കുന്ന സ്ക്കൂൾകുട്ടിയെപ്പോലെ താൻ പെരുമാറുന്നു.

അമ്മയുടെ ശബ്ദത്തിൽ കിതപ്പുണ്ടായിരുന്നു. “എന്താ, എന്താ മാലൂ ഇപ്പറേണത്? ജോലി പോവുകേ?”

“ഉവ്വ്.” താനിതൊക്കെ എങ്ങിനെ പറഞ്ഞുകൂട്ടുന്നു എന്നതിശയിച്ചുകൊണ്ട് തുടർന്നു: “ഞങ്ങൾ നാലഞ്ചു ടൈപ്പിസ്റ്റുകളെ പിരിച്ചുവിടണംന്നാ ഓഫീസറ് എഴുതിയിരിക്കണെ. പ്രൊബേഷൻ കഴിയാത്തോരായി, ഞങ്ങളു മൂന്നാലാളുണ്ട്.”

“നിന്നേം പറഞ്ഞുവിടോ?” ഭാർഗ്ഗവിയേടത്തി അടുക്കളവാതിലിൽനിന്നു ചോദിച്ചു.

“ഉം”

ഉള്ളിൽ വെറുപ്പു പതഞ്ഞു പൊന്തുന്നു. നാളെമുതൽ ധർമ്മം കിട്ടില്ല എന്നു കേൾക്കുമ്പോൾ പിച്ചക്കാർക്കുണ്ടാകുന്ന വേവലാതിയാണ് ഓർമ്മവന്നത്.

"മറ്റൊള്ളോരൊക്കെ എന്തു ചെയ്യാനാ പോവണത്?"

പാവം അമ്മ! പാവം ചേച്ചി! പറഞ്ഞത് അങ്ങനെത്തന്നെ വിശ്വസിച്ചിരിക്കുന്നു.

"എന്തു കാട്ടാനാണ്? വീട്ടീപ്പോയിരിക്കുന്നേ." അവൾ സാധാരണ മട്ടിൽ പറഞ്ഞു. "ഏറിയാൽ രണ്ടു മാസം. അപ്പളത്തയ്ക്കു പൊറത്തായിരിക്കും."

കുറെനേരത്തേക്ക് ആരുമൊന്നും മിണ്ടിയില്ല. പിന്നെ അടക്കിയ ശബ്ദത്തിൽ ഭാർഗ്ഗവിയേടത്തി ചോദിച്ചു:

"ജോലി പോയാ, നമ്മളെന്തു ചെയ്യും?"

ഉത്തരം പറഞ്ഞില്ല. ജോലി പോയിക്കഴിയുമ്പോൾ എന്തു സംഭവിക്കുമെന്ന് അറിയാം. ഒരാൾ പ്രകാശത്തിലേക്കും അഞ്ചുപേർ ഇരുട്ടിലേക്കും തീർത്ഥയാത്രയാരംഭിക്കും.

"ആരെയെങ്കിലും കണ്ടിട്ട് കുറെ ഉറിപ്യാ കൊടുത്താ ജോലി പോവാതെ കഴിക്കാൻ പറ്റ്വോ?" ചേച്ചി ചോദിച്ചു.

ഉള്ളിൽ ചിരിപൊട്ടി. ബോട്ടിലെ സ്രാങ്കിന്റെ പണിപോലെയാണു ഗവർമ്മെണ്ട് ഉദ്യോഗവും എന്ന് അവർ ധരിക്കുന്നു.

"അങ്ങനെ നടക്കുന്നത് അങ്ങോട്ടുവയ്ക്കുക. എങ്കീത്തന്നെ എവിടുന്നാ രൂപ കൊടുക്കാണ്ടാവ?" വെറുതെ ചോദിച്ചു. എന്തെങ്കിലും പറയാതെ വയ്യല്ലോ.

അമ്മ ചോദിച്ചു: "അതു നമുക്കു ഒണ്ടാക്കാവോന്നു നോക്കാം. എത്ര കൊടുക്കേണ്ടിവരും?"

ഉള്ളിൽ സഹതാപത്തിന്റെ കൂമ്പുകൾ കിളിർത്തുവരുന്നു. അസത്യങ്ങളുടെ ഈ നൂലേണിയിൽകൂടി തനിക്കിനി എത്ര ദൂരം സഞ്ചരിക്കേണ്ടവരും?

"രണ്ടായിരോ മൂവായിരോ ഒക്കെ ആയേക്കും."

"ന്റെ ഭഗോതീ" അമ്മ നിസ്സഹായമായി വിളിച്ചു.

"അത്രേം കൊടുത്താ കാര്യം നടക്കുമെന്നുറപ്പാണോ?"

ചേച്ചിയുടെ ചോദ്യം കേട്ടപ്പോൾ കൗതുകം തോന്നി. ഉറപ്പുണ്ടെന്നു പറയാം. രൂപ എവിടെനിന്നുണ്ടാക്കും?

"ഒരുവേള നടന്നേക്കും."

"എങ്കിലൊന്നു ചെയ്യാ?" ചേച്ചിയുടെ സ്വരത്തിനു ഗൗരവം നിഴലിച്ചു നിന്നു. "ഈ വീടും പറമ്പും പണയമെഴുതാം. രണ്ടായിരത്തി

അഞ്ഞൂറെങ്കിലും കിട്ടാതെ വരില്യാ. ജോലി സ്ഥിരായാപ്പിന്നെ, കൊറേശ്ശേയായി അടച്ചുതീർക്കാലോ."

ദുഃഖത്തിന്റെ ചിറകുകൾ പൊട്ടുന്നതുപോലെ തോന്നി. ചെറുതെങ്കിലും തന്റെ ജോലിക്ക് ഇവരെല്ലാം എന്തു വിലയാണു കല്പിക്കുന്നത്.

തേങ്ങലൊതുക്കി, പറഞ്ഞൊപ്പിച്ചു. "പോവ്വാതെ കഴിക്കാമോന്നു നോക്കാം. അത്യാവശ്യമുണ്ടെങ്കീ മതീലോ പണത്തിന്റെ കാര്യം തെരക്കണത്!"

അമ്മ എന്തോ പറയാൻ തുടങ്ങി. അതു കേൾക്കാൻ നിൽക്കാതെ അകത്തേക്കു നടന്നു.

കള്ളങ്ങളുടെ വഴി അടഞ്ഞിരിക്കുന്നു. തനിക്കു വിധിച്ചതു തോൽവി, കഷ്ടപ്പാട്, ചുമടെടുപ്പ്.

പായയിൽ മുഖമമർത്തിക്കിടന്നു. രാത്രിയുടെ കട്ടി കുറഞ്ഞുവരുന്നു.

ജനലയ്ക്കപ്പുറം ഒരു വിളർത്ത ചന്ദ്രൻ. നഗരത്തിലെ ബീച്ചിൽ ഇപ്പോൾ തിരക്കൊഴിഞ്ഞിട്ടുണ്ടാവും. വെളുത്ത മണൽപ്പരപ്പിൽ ഒരു ചെറുപ്പക്കാരൻ, ആഹ്ലാദം തിരയടിക്കുന്ന ഹൃദയവുമായി ആകാശം നോക്കിയിരിക്കുന്നുണ്ടാവും. ആ സന്തോഷം ഇനി അധികം നീണ്ടു നിൽക്കുകയുണ്ടാവില്ല. ഏറിയാൽ രണ്ടുനാൾകൂടി.

പിന്നെ ഒരു ദിവസം എന്നേക്കുമായി വിടപറയേണ്ടിവരും.

കായൽക്കരയിലുള്ള പാർക്കിൽവച്ച് സന്ധ്യയ്ക്ക്, കടന്നുപോവുന്ന വള്ളങ്ങളേയും ബോട്ടുകളേയും തൂങ്ങിയുറങ്ങുന്ന ചീനവലകളേയും നോക്കിയിരുന്നുകൊണ്ട് താനതു പറഞ്ഞൊപ്പിക്കും.

വിങ്ങിപ്പൊട്ടുന്ന ഹൃദയത്തോടെ എല്ലാം മറന്നുകളയൂ എന്നു താനാവശ്യപ്പെടുകയും അപ്പോൾ എനിക്കൊന്നും മനസ്സിലാവുന്നില്ല, എന്താണിപ്പറയുന്നതെന്ന്, ഒന്നു വിശദമാക്കിത്തരാമോ എന്നയാൾ ചോദിക്കുകയും അതുകേട്ടു താൻ ഭ്രാന്തിയെപ്പോലെ എന്തൊക്കെയോ പുലമ്പി, ഒടുവിൽ എനിക്കൊരിക്കലും ഒരു ഭാര്യയാവാൻ പറ്റില്ല, ഞാനൊരു ചുമടുതാങ്ങി മാത്രമാണ് എന്നു പറഞ്ഞൊപ്പിക്കുകയും അയാൾ തരിച്ചിരുന്ന്, മുഖം തുടച്ച്, എന്റെ മാലിനി ഞാൻ പറയുന്നതൊന്നു കേൾക്കൂ. ജോലി റിസൈൻ ചെയ്യുന്നതുകൊണ്ടു നിന്റെ വീട്ടിന് യാതൊരു തകരാറും വരില്ലെന്നു ഞാനല്ലേ പറയുന്നത് എന്നുറപ്പുതരികയും അതിൽ ശ്രദ്ധിക്കാതെയുള്ള ഇല്ല... ഇല്ല... എന്നു തന്റെ പിറുപിറുക്കൽ കേട്ട് ഒന്നു പറയൂ, ജോലി വേണ്ടെന്നുവയ്ക്കുമെന്ന്, എന്റെ വീട്ടുകാർക്ക് വലിയ നിർബ്ബന്ധമുള്ള കാര്യമല്ലായിരുന്നെങ്കിൽ ഞാനിങ്ങനെ വാശിപിടിക്കില്ലായിരുന്നു... അവരൊക്കെ വളരെ ഓർത്തഡോക്സ് ടൈപ്പുകളായതുകൊണ്ടാണ് എന്നയാൾ ക്ഷമാപണസ്വരത്തിൽ ആവർത്തിക്കുകയും അപ്പോൾ ദയവു

ചെയ്ത് എന്നെ ഉപദ്രവിക്കാതെയിരിക്കൂ... എന്നെ വെറുതേവിടൂ... കഴിഞ്ഞതെല്ലാം മറക്കൂ... എന്നു താനപേക്ഷിക്കുകയും കാര്യമറിയാതെ ഇടയിൽ കടന്നുവന്ന് പൊതി നീട്ടിയ കപ്പലണ്ടിക്കാരൻ പയ്യൻ അകലത്താകുന്നതുവരെ നിശ്ശബ്ദനായിരുന്നിട്ട്, മാലിനി, അപ്പോഴെന്തു തീരുമാനിച്ചു എന്നയാൾ ഉറച്ച ശബ്ദത്തിൽ ചോദിക്കുകയും താൻ ഒന്നും മിണ്ടാനാവാതെ പൊട്ടിക്കരയുകയും അല്പനേരംകൂടി ഇരുന്ന് എങ്കിൽ ഞാൻ പോകുന്നു, നാളെക്കാണാം എന്നു മൃദുസ്വരത്തിൽ പറഞ്ഞ് അയാൾ നടക്കുകയും, ഇല്ല... ഇനിയെന്നെ കാണാൻ ശ്രമിക്കണ്ട. ഇതെന്റെ തീരുമാനമാണ് എന്നു താൻ പിറകിൽ വിളിച്ചുപറയുകയും, അയാൾ അതിൽ ശ്രദ്ധിക്കാതെ, ദുഃഖം കടിച്ചമർത്തി കുനിഞ്ഞ ശിരസ്സുമായി വേഗത്തിൽ നടന്നകലുകയും തിരക്കൊഴിഞ്ഞ പാർക്കിലേക്ക് കായലിലെ തണുപ്പൻ കാറ്റ് അടിച്ചുകയറുകയും താൻ കണ്ണുനീർ തുടച്ച്, ഇരുട്ടുറങ്ങുന്ന ആകാശത്തിലേക്ക് നോക്കിയിരിക്കുകയും ചെയ്യുന്ന ആ രംഗം മനസ്സിലൂടെ മിന്നിക്കടന്നുപോയി.

കരഞ്ഞു പോവാതിരിക്കാൻ വേണ്ടി തലയിണയിലേക്കു മുഖമമർത്തി.

സാരമില്ല, ഏതിനുമുണ്ട് ഒരവസാനം. കടൽക്കരയിലെ ദീപമാലകൾ കത്തിക്കത്തി പാതിരാവുകഴിയുമ്പോൾ പെട്ടെന്ന് കണ്ണടയ്ക്കും.

ഇരുട്ടു പൊഴിക്കും.

പൂഴിമണ്ണിൽകൂടി വികാരമുണർത്തിയ കാമുകന്റെ കാല്പാടുകളിൽ തിരകൾ ക്രൂരമായി മണ്ണടിച്ചു വീഴ്ത്തും; മായ്ക്കും...

പകരം, ശൂന്യത ചിത്രങ്ങൾ വരച്ചിടും.

പളുങ്കുമാളിക

പ്രേമഭംഗം നേരിട്ട്, ദുഃഖിതനായിത്തീർന്ന യുവാവ് ഒരു ഇടവഴിയിൽക്കൂടി തന്റെ ക്ലാന്തചിന്തകളുമായി നടന്നുകൊണ്ടിരുന്നു. വീഥിയുടെ ഇരുവശത്തും ചുവടുറപ്പിച്ച്, തലയ്ക്കു മുകളിൽ ചില്ലകൾ പിണച്ചു നിന്നിരുന്നു, പൂത്ത ഏഴിലംപാലകൾ. മരക്കൊമ്പുകൾക്കു മുകളിലൂടെ വീശിപ്പോകുന്ന മഞ്ഞുനനവാർന്ന കാറ്റിന്റെ ശബ്ദം അയാൾ വ്യക്തമായി കേട്ടു.

മാർകഴിമാസത്തിലെ കുളിരു കോരുന്ന പാതിരാവ്. ചുറ്റും നിഴലുകൾ പിടിച്ചണച്ച് ചുംബിച്ചു കിടത്തിയിരിക്കുന്ന നിലാവിന്റെ കുഞ്ഞുങ്ങൾ. തന്റെ അപ്പോഴത്തെ മാനസികാവസ്ഥയിൽ യുവാവിന് ആ കാഴ്ച അസഹ്യമായാണു തോന്നിയത്.

നടന്നുകൊണ്ടിരിക്കെ പാലപൂത്തവഴി പിന്നിലേക്കു മാറിപ്പോയി. റോഡിലെത്തി കറുത്ത പുഴ എന്നത് ഒരു പഴയ പ്രയോഗമായിത്തോന്നിയതുകൊണ്ട്, മുന്നിൽ നെടുനീളത്തിൽ വീണുകിടന്നു കിതയ്ക്കുന്ന വെമ്പാലമൂർഖനെ കണ്ടപ്പോൾ, അതിനെന്തുപമാനമാണ് കൊടുക്കേണ്ടതെന്നോർത്ത് അയാൾ വിഷമിച്ചു.

ടാറിട്ടതിന്റെ ഇരുഭാഗത്തും തെറിച്ചു പോയ ഒറ്റപ്പെട്ട റൂബിളുകൾ കിടന്നിരുന്നു. അവയ്ക്കടിയിൽ പൊടി നിറഞ്ഞ ചുവന്ന തറപ്പരപ്പും തറയ്ക്കുമുകളിൽ സന്ധ്യയുടെ പ്രാരംഭത്തിൽ ചാറിവീണ മഴയുടെ നൂറുസൂചികൾ നിർമ്മിച്ച മൊസാക് ഫ്ളോറിംഗും കണ്ട് അയാൾ അമ്പരന്നു. നിലാവ് അവിടെയെങ്ങും തളംകെട്ടിനിന്ന്, പാതവക്കിൽ വിടരാൻ വെമ്പി നിന്ന തുമ്പപ്പൂമൊട്ടുകളെയും, മാങ്ങാമണിയന്റെ അരിമ്പുകളെയും തരംപോലെ മുക്കിക്കൊണ്ടിരുന്നു.

ഓർത്തു, മഴക്കാലം. പുരയിടത്തിലെ തെങ്ങിൻതടങ്ങളിൽ കൊതുമ്പിൽ നിന്നുതിർന്നു വീണുണങ്ങിയ പൂഞ്ഞെട്ടുകൾ പൊങ്ങിക്കിടക്കുന്ന കലങ്ങിയ തടാകങ്ങൾ. പൂഴിമണൽനിറഞ്ഞ മുറ്റത്തുകൂടി, നീലത്തരികൾ പുറത്താക്കിക്കൊണ്ട് ഒലിച്ചുപോകുന്ന പുഴകൾ, പറമ്പിന്റെ കിഴക്കേ കോണിൽനിന്ന് ഓവുവഴി കുതിച്ചു നനഞ്ഞ നെൽച്ചെടികൾക്കു ചോട്ടിലുള്ള കടലിൽ ചെന്നു ചേരുന്ന കറുത്ത വെള്ളച്ചാട്ടം.

നനഞ്ഞ നെല്ലോലകൾ. ഓരോ ഇലയിലും ലക്ഷം മണികൾ. "ഇടിയും മഴയും എനിക്കെന്തു പേടിയാണെന്നോ." പുറത്തു വല്ലാതെ ഇടിവെട്ടുന്നു. ഞാൻ ജനാലകളെല്ലാം കൊട്ടിയടച്ച് കട്ടിലിൽ ഒരുവശം ചരിഞ്ഞു കിടന്നുകൊണ്ടെഴുതുകയാണ്. കൈപ്പട മോശമാണെങ്കിൽ ക്ഷമിക്കണേ. ഉച്ചയ്ക്ക് അല്പമൊന്നുറങ്ങാനാരംഭിച്ചു. ഇപ്പോഴാണു ണർന്നത്. ഉണർന്നപ്പോൾ ഇതാ, പുറത്തു മഴപെയ്യുന്നു. ഈ മഴ അവിടെ യുമുണ്ടോ?

മഴ പെയ്യുമ്പോഴെല്ലാം, ഞാൻ മുകളിലുള്ള എന്റെ കൊച്ചുമുറിയിൽ വന്നിരുന്നു കതകടച്ച് ഒരാളുടെ ഫോട്ടോയെടുത്ത് വളരെനേരം നോക്കി യിരിക്കുന്നു. "ഹായ്! സുന്ദരനാണേ!"

അയാൾക്കു പൊടുന്നനെ വിഷാദം തോന്നി. പഴയ വിഡ്ഢിത്തര ങ്ങൾ.

"ഇവിടെയിപ്പോഴാരുമില്ല. ഡാഡി പുറത്തേക്കു കാറെടുത്തുപോയി, മമ്മിയുമില്ല. വരുന്നോ?"

"എന്തെല്ലാം പഴങ്ങളാണെന്നോ മുറ്റത്ത്! ചാമ്പയ്ക്കാ, സപ്പോട്ടാ, എലന്തിപ്പഴം എല്ലാമുണ്ട്. വന്നാൽ എല്ലാം തരാം. വരൂ, വരൂ!"

റോഡിലേക്കു വന്നുമുട്ടുന്ന കറുത്ത ഇടവഴിയുടെ വശങ്ങളിൽ തോട്ടി കളുടെ പാട്ടകൾ നിരനിരയായി പാർക്കുചെയ്തിരിക്കുന്നു. അയാൾ അവ യിലൊന്നിന്റെ അരികിൽചെന്നു വെറുതെ സൂക്ഷിച്ചു നോക്കിനിന്നു.

എത്ര എളുപ്പമാണ് പിരിയാൻ? അടുക്കാൻ യാതൊരു വിഷമ വുമില്ല. വിടില്ല, വിടില്ല എന്നു പരസ്പരം എത്രതവണ പറഞ്ഞു കാണണം? ഒടുവിൽ സമയം വന്നപ്പോൾ വിഡ്ഢികളെപ്പോലെ, ഭീരുക്ക ളെപ്പോലെ-

അയാൾ ആ പാട്ടകൾക്കരികെ അങ്ങനെ നിൽക്കുമ്പോൾ ഒരു ചെറുപ്പ ക്കാരൻ റോഡിലൂടെ നടന്നുവന്ന് ഇടവഴിയിലേക്കു കയറിപ്പോയി. തണു ത്തിട്ടാവണം, ഉടുത്തിരുന്ന മുണ്ടിന്റെ താഴത്തെ കോന്തല ഉയർത്തി അവൻ തോൾ മൂടിയിരിക്കുന്നു. കറുത്ത കാലുകളും അവ ചെന്നു ചേരു ന്നിടത്ത് വരയുള്ള മുഷിഞ്ഞ അണ്ടർവെയറും. അയാളെക്കണ്ടപ്പോൾ അവൻ ചുമച്ചു. പിന്നെ ചൂളം വിളിച്ചുകൊണ്ട് തിരിഞ്ഞുനിന്ന് എങ്ങോ നോക്കി.

അയാൾ നടത്തം തുടർന്നു. കറുത്ത പയ്യൻ അവിടെത്തന്നെ നിൽക്കുന്നു. കുറെ നടന്നപ്പോൾ, എന്തിനിങ്ങനെ നടക്കുന്നു എന്ന് സ്വയം ചോദിച്ചു. പിന്നെ തിരുത്തി.

വീടില്ലാത്തവൻ! ബന്ധുക്കളില്ലാത്തവൻ!
അയാൾക്ക് ഒരാശയമുണ്ടായിരുന്നു, പണ്ട്.

"നമുക്കൊരു വീടുവയ്ക്കണം. പേരില്ലാത്ത വീട്. കാലക്രമത്തിൽ അവിടെ താമസിക്കുന്ന ആളുകളുടെ പ്രാധാന്യം കാരണം ആ റോഡിനും

അതുവഴി ആ വീടിനും ഒരു പേരു വീണുകൊള്ളും. ആദ്യം കുറേക്കാലം അവിടേക്ക് എഴുത്തൊന്നും വരില്ല, കേട്ടോ?"

ഭിത്തികൾക്കുള്ളിൽ ചെറിയ ചെറിയ നൂറ് അറകൾ വേണം. മേശപ്പുറം അലങ്കോലപ്പെടുത്താതെ പല കാര്യങ്ങളും അവയ്ക്കുള്ളിൽ നമുക്കു വെയ്ക്കാം. ഡെറ്റോൾ, പൊടിക്കുപ്പി, കുട്ടികൾക്കുള്ള ഹോമിയോപ്പതിമരുന്നുകൾ, പേൻചീകുന്ന ചീർപ്പ്, കണ്ണെഴുതുന്ന മഷി, പെൻസിൽ അങ്ങനെ പലതും.

ജനാലകൾ വൃത്തത്തിലാണ്. അവയ്ക്കു കതകുകൾ പാടില്ല. വേണമെങ്കിൽ, വീട്ടിനുള്ളിലായി ജൗളിക്കടയിലെ അലമാരകൾക്കുള്ളതുപോലെ, ഭിത്തിയിലൊളിപ്പിച്ചുവച്ച കണ്ണാടിപ്പലകകൾ ഫിറ്റുചെയ്യാം.

ഭിത്തിയിൽ ഇടയ്ക്കു കുറച്ചിടെ കട്ടിഗ്ലാസ്സുകൊണ്ടു പെട്ടികൾ നിർമ്മിക്കണം. അടുത്തടുത്ത മുറികൾ തമ്മിൽ കാണാൻവേണ്ടി. അവിടെ വെള്ളം നിറയ്ക്കുകയും, വെള്ളത്തിൽ നീർക്കോലികളെ വളർത്തുകയും ചെയ്യണം.

വീടിന്റെ മുറ്റത്ത് ഒരേയൊരു വൃക്ഷം. വൻകാട്ടിൽനിന്ന് ചുവടോടെ ഇളക്കിക്കൊണ്ടുവന്നതാവണം അത്. കാറ്റടിക്കുമ്പോൾ വരാന്തനിറയെ കാട്ടുപൂക്കൾ. പറമ്പിലാകെ തണൽവിരിക്കാൻ ആ ഒരു മരം മാത്രം. മറ്റു ചെടികളില്ല, പൂക്കളില്ല.

എന്റെ ഓമനേ! നമുക്കു കുഞ്ഞുങ്ങൾ വേണോ? അല്ലെങ്കിൽ ഇരിക്കട്ടെ. അവർ പ്രായമാകുമ്പോൾ, വിവാഹിതരാവുമ്പോൾ ബാത്ത് അറ്റാച്ച്ഡ് റൂം അവർക്കു വിട്ടുകൊടുക്കാം. മുമ്പൊരിക്കൽ എഴുതിയതോർമ്മയുണ്ടോ? ആകെ മൂന്നാണ് കുളിമുറികൾ. രണ്ടെണ്ണം വീടിന്റെയുള്ളിൽ, ഒരെണ്ണം പുറത്ത്.

അയാളുടെ മേലേക്ക് നേരിയ മഞ്ഞിൻപൊടികൾ തൂവിക്കൊണ്ടിരുന്നു. ആ വീട് മനോഹരമായ ഒരു ദൃശ്യംപോലെ അയാൾക്കു കാണായി.

"മേയുന്നത് പെയിന്റു ചെയ്ത ഓലകൾകൊണ്ടാണ്. ചുവപ്പുനിറം കൊടുത്ത ഓലകൾ. അകത്ത് എന്തു കുളുർമ്മയായിരിക്കുമെന്നോ!"

രോമം കിളിർത്തുതുടങ്ങിയ കവിളുകൾ ജലാർദ്രമായി. കണ്ണുതുടച്ചു മുന്നോട്ടു നോക്കി. കുറേ അകലെയായി മുന്നിൽ 'ബീറ്റി' നിറങ്ങിയ ഒരു പൊലീസുകാരൻ സ്ട്രീറ്റുലൈറ്റിനു കീഴിൽ കുനിഞ്ഞിരുന്ന് എന്തോ വായിക്കുന്നു. അയാൾ ചെല്ലുന്നതു കണ്ടിട്ടാവാം, പൊലീസുകാരൻ പെട്ടെന്നെണീറ്റു. വായിച്ചുകൊണ്ടിരുന്ന പുസ്തകം നിലത്തിട്ട് നടന്നുതുടങ്ങി.

യുവാവ് ആ പുസ്തകം കൈയിലെടുത്തു. കവറിൽ ഒരു അശ്ലീലചിത്രമാണ്. കുടുക്കില്ലാത്ത ബ്രേസിയർ എന്ന് അച്ചടിച്ചിട്ടുണ്ട്. പകൽ പിടിച്ചെടുത്തതാവണം. റോഡുവക്കിലെ വ്യാപാരിക്ക് എഴുപത്തഞ്ചുപൈസ നഷ്ടം.

ഉറങ്ങുന്ന പൂക്കളുടെ മണവും മോഷ്ടിച്ചുകൊണ്ടോടിപ്പോയ കാറ്റിൽപ്പെട്ട് റോഡരികിൽ കൂടിക്കിടന്ന ഈയൽച്ചിറകുകളുടെ കൂമ്പാരം ഒന്നിളകി. അവയിൽ ചിലത് കാറ്റിനോടൊത്ത് റോഡിൽകൂടി വടക്കോട്ടു സഞ്ചരിച്ചു.

അയാൾ കൈയിലിരുന്ന ഗ്രന്ഥത്തിന്റെ ഒരു താളെടുത്ത് അലസമായി കണ്ണോടിച്ചു.

"മതിയോ...?"

പെട്ടെന്ന് അയാൾ ആ പുസ്തകം ഷർട്ടിനുള്ളിൽ തിരുകി. കണ്ണുകൾക്കു തൊട്ടുതാഴെ എരിവനുഭവപ്പെട്ടു. കവിളുകൾ തനിയേ ഊതി വീർക്കുകയും. ഉള്ളംകൈ തുടിക്കുകയുംചെയ്തു.

അവളോടൊത്തു കഴിച്ച ഒരേയൊരു രാത്രിയിലെ ദുരിതങ്ങൾ ഓർമ്മ വന്നു.

കരച്ചിൽ പൊട്ടിവീഴുന്നതിനുമുമ്പ് തോട്ടിപ്പാട്ടകൾ നിദ്രകൊള്ളുന്ന ഇടവഴിയിലെ ചൂളം കുത്തുന്ന ഇരുട്ട് ലക്ഷ്യമാക്കി അയാൾ തിരക്കിട്ടു നടന്നുപോയി. ∎

മൂവന്തി

കുന്നിൻപുറത്തെ ബംഗ്ലാവിനു ചുറ്റും മഞ്ഞുനനവാർന്ന കാറ്റു വീശിയടിച്ചപ്പോൾ, അവൾ സ്വീകരണമുറിയിൽ വന്നിരുന്ന് മാല കെട്ടിത്തുടങ്ങി. അമ്മയ്ക്കു നീലനിറമായിരുന്നുവത്രെ ഇഷ്ടം. അതുകൊണ്ട് അമ്മയുടെ പടത്തിന്മേൽ ചാർത്തുന്ന മാല എന്നും നീലപ്പൂവുകൾകൊണ്ട് മാത്രമാണ് കെട്ടുക. കഴിഞ്ഞ പതിനൊന്നു വർഷത്തിനിടയ്ക്ക്, ഒരിക്കൽപ്പോലും അതു തെറ്റിച്ചിട്ടില്ല.

സ്പർശഗന്ധിയായ സന്ധ്യ കടന്നുപോവുന്നു. താഴ്വരയിലുറങ്ങുന്ന കത്തോലിക്കാപള്ളിയിലെ മണികൾ അലച്ചടങ്ങി. എസ്റ്റേറ്റിൽനിന്നു ടൗണിലേക്കു പോകുന്ന പാതയിൽ, എരുമവണ്ടികളുടെ നിലയ്ക്കാത്ത രോദനം ആരംഭിക്കുന്നു.

ഇലകളും പൂക്കളുമില്ലാത്ത വള്ളികൾ ചുറ്റിപ്പടരുന്ന തൂണിന് നല്ല തണുപ്പായിക്കഴിഞ്ഞു. പകൽച്ചൂട് എരിഞ്ഞൊതുങ്ങുമ്പോൾ മാത്രമേ ആ തൂണിന് ഇത്ര തണുപ്പാവുകയുള്ളൂ. മുറ്റത്തെങ്ങും മഞ്ഞുവീണുകിടപ്പുണ്ടാവും; കുറേശ്ശെ ഇരുട്ടും.

സന്ധ്യകൾ ദിവസങ്ങളുടെ ഏകാന്തത പെരുപ്പിക്കുന്നു. ദുഃഖദായിയായ മുഹൂർത്തം. വിദേശത്തു നിർമ്മിച്ച ഫ്രിഡ്ജും എയർകൂളറും എല്ലാമുള്ള വീട്ടിൽ കറുത്ത മ്ലാനത, വേഷം മാറിവരുന്ന സമയം. കൂട്ടുകാരികൾ ആരുമില്ലാത്ത അവൾക്ക് വിഷാദംകൊണ്ട് തുണയൊരുക്കുന്ന തോഴി -സന്ധ്യ.

പൂവുകൾ ഏതാണ്ടു തീരാറായി. അപ്പോൾ അവൻ കടന്നുവന്നു. ശബ്ദംകേട്ട് അവൾ ചോദിച്ചു:

"ആരാണ്?"

ഉത്തരമുണ്ടായില്ല. അവൾ എഴുന്നേറ്റുനിന്നു. മദ്യത്തിന്റെ ഗന്ധം അടുത്തുവരുന്നു. ഉല്ക്കടമായ ഭയം പൊട്ടിവീണു. തനിച്ചേയുള്ളു. വേലക്കാരൻ തമിഴൻ, നേരത്തെ പൊയ്ക്കഴിഞ്ഞിരുന്നു. അകത്തേക്കു തപ്പി നടക്കാൻ തുടങ്ങുമ്പോൾ, വിറയാർന്ന സ്വരത്തിൽ പറഞ്ഞൊപ്പിച്ചു:

“അച്ഛനിവിടെയില്ല.”

പറഞ്ഞുതീരുംമുമ്പ്, അഞ്ചുവിരലുകൾ വായ്ക്കു മുകളിൽ വന്നു വീണു. മുറുകുന്ന കയർക്കുരുക്കുപോലെ, ഒരു കൈ വയറിനു ചുറ്റും വളഞ്ഞുകയറി. ശബ്ദം തൊണ്ടക്കുഴിയിൽ വീണ് ശ്വാസമറ്റു മരിച്ചു.

സർവ്വശക്തിയുമെടുത്തു കുതറിനോക്കി, ഇരുമ്പുമുഷ്ടികൾ പിടി മുറുക്കി.

ഉറക്കെ നിലവിളിക്കണമെന്നുണ്ടായിരുന്നു. “വിടൂ” ഒരു നിമിഷം ശബ്ദം വീണ്ടുകിട്ടിയപ്പോൾ വിളിച്ചുപറഞ്ഞു. വായ്ക്കുമേൽ ഇരുമ്പു വാതിൽ കുറേക്കൂടി അമർന്നു.

അവൻ അവളെ നിലത്തുനിന്നും പൊക്കിയെടുത്തു. മുറിക്കുള്ളിലെത്തുന്നതുവരെയും വായ പൊത്തിപ്പിടിച്ചിരുന്നു. കാലുകൾ ഉയർത്തി വായുവിൽ വീശി. കൈകൾകൊണ്ട് അവന്റെ മുഖത്ത് അള്ളിക്കീറി. അപ്പോൾ കൂർത്ത നഖങ്ങൾ അവളുടെ കവിളിൽ കുത്തിയിറങ്ങി. അടുത്ത നിമിഷത്തിൽ, കട്ടിലിലേക്ക് എടുത്തെറിയപ്പെട്ടു.

നെഞ്ചിലമരുന്ന ഭാരം തള്ളിയകറ്റാൻ അവൾ കിണഞ്ഞു പരിശ്രമിച്ചു. സർവ്വശക്തിയുമെടുത്ത് അവന്റെ മുഖത്തേക്കു തുപ്പുകയും അലറുകയും ചെയ്തു. മാറിലമരുന്ന കൈപ്പത്തി, സ്വതന്ത്രമായ കൈകൊണ്ടു മാന്തിപ്പൊളിച്ചു.

കൈ വെട്ടിവലിച്ച് അവനെഴുന്നേറ്റു. എല്ലാം കഴിഞ്ഞെന്നുകരുതി, ഏങ്ങലടിച്ചുകൊണ്ട്, ഒപ്പം എഴുന്നേല്ക്കാൻ തുടങ്ങുമ്പോൾ, വാതിൽ അകത്തുനിന്നും കുറ്റിയിടുന്ന ശബ്ദം കേട്ടു.

മുറിയുടെ ഏതോ മൂലയിലേക്കോടി. ഓട്ടത്തിനിടയിൽ, വഴിയിൽ കിടന്ന സ്റ്റൂളിൽ കാൽതട്ടി, കമിഴ്ന്നുവീണു. എഴുന്നേല്ക്കാൻ തുടങ്ങുന്നതിനു മുമ്പായി, അവൻ പുറത്തു കയറി ഇരുന്നുകഴിഞ്ഞു.

ബ്ലൗസിന്റെ പിറകിലെ ബട്ടൻസുകൾ ഒന്നൊന്നായി പൊട്ടിത്തെറിച്ചു. അവൾ വില്ലുപോലെ വളഞ്ഞു. കാലുകൾ പിരിച്ച് ഊക്കിൽ തൊഴിച്ചു. അപ്പോൾ, കഴുത്തിനുപിറകിൽ ചുരുട്ടിയ മുഷ്ടി വന്നുവീണു. ചേതന ബലഹീനമാവുന്നതുപോലെ.

അതോടെ എതിർക്കാനുള്ള ശക്തി നഷ്ടപ്പെട്ടു. അവൻ അവളെ കോരിനിർത്തി സാരിയുടെ ഞൊറിവുകൾ ഒന്നൊന്നായി അഴിഞ്ഞു വീഴുന്നതും പാവാടയുടെ കെട്ട്, ഒരു മുഴക്കമുള്ള ശബ്ദത്തോടെ വേർപ്പെടുന്നതും എല്ലാം അവൾക്കു മനസ്സിലാകുന്നുണ്ടായിരുന്നു. അവശേഷിച്ചിട്ടുള്ള ദുർബ്ബലമായ ശബ്ദത്തിൽ അവൾ അപേക്ഷിച്ചു: “എന്നെവിടൂ.”

അവൾ പറഞ്ഞത് ഇഷ്ടപ്പെടാഞ്ഞിട്ടെന്നപോലെ, ചുണ്ടുകളിൽ സുദീർഘമായ ഒരു ചുംബനം വന്നു പുതഞ്ഞു. ചുണ്ടു മുറിഞ്ഞു. തലയ്ക്കുള്ളിൽ, വണ്ടുകളുടെ സമുദ്രം തിരയടിച്ചു.

കുഴഞ്ഞു വീഴുന്നതിനുമുമ്പായി അവൻ അവളെ വലിച്ചെടുത്തു കട്ടിലിൽ കിടത്തി.

ആവുന്നത്ര ശക്തിയിൽ പരസ്പരം അമർത്തിവച്ചിരുന്ന തുടകൾക്കിടയിലേക്ക് അവന്റെ കാൽമുട്ട് നോവിച്ചുകൊണ്ട് ആഴ്ന്നിറങ്ങി. അവൾ കെഞ്ചിപ്പറഞ്ഞു: "ദയവുചെയ്ത്..."

അതിനുത്തരമായി അരക്കെട്ടിലെ അസ്ഥികൾ ഞെരിഞ്ഞുപൊട്ടി. വേദന. അടിയേറ്റു നടുവൊടിഞ്ഞ പാമ്പിനെപ്പോലെ അവൾ കിടന്നു പുളഞ്ഞു. ശബ്ദം ക്ഷയിച്ച നിലവിളികൾ നാലു ഭിത്തികളിലും ചെന്ന് തല്ലിയുടഞ്ഞു.

കഴുത്ത് രണ്ടുഭാഗത്തേക്കും ആവുന്നത്ര ശക്തിയിൽ ഇട്ടുരുട്ടി. എല്ലാ എതിർപ്പുകളും വ്യർത്ഥമാകുന്നു. വേദന മൂർഛിച്ചുവന്നപ്പോൾ, കഴുത്തിനിരുപുറവുമായി ഊന്നിനിൽക്കുന്ന അവന്റെ കൈകളിലൊന്നിൽ കടിച്ചുപിടിച്ചുകൊണ്ട് അവൾ കണ്ണടച്ചുകിടന്നു. ചുണ്ടിലെ മുറിവുകളിൽ അവന്റെ രക്തം ഒഴുകിവീണുകൊണ്ടിരുന്നു.

മതിവന്നപ്പോൾ അവൻ എഴുന്നേറ്റു. നിലത്തുകിടന്നിരുന്ന നീലസാരിയും നീലബ്ലൗസും പിടുത്തത്തിനിടയിൽ അവിടവിടെ കീറിപ്പോയിരുന്നു. അതെടുത്ത് അവളുടെ മേലേക്ക് എറിഞ്ഞിട്ട്, വാതിൽ തുറന്ന് ഇറങ്ങിപ്പോയി.

അന്ധയായ പെൺകുട്ടി, അവളെപ്പോലെ അലങ്കോലമായ കിടക്കയിൽ മുഖമമർത്തി വിമ്മിക്കരഞ്ഞു.

കാലുകളുടെ മുകളറ്റത്ത് ചോര ഉണങ്ങിപ്പിടിച്ചു. മാറിലും ചുണ്ടിലും അടിവയറ്റിലും ഉള്ള മുറിവുകൾ അന്തിക്കാറ്റേറ്റ് നീറി. ആ കട്ടിലിൽ വീണ്ടും കിടക്കാൻ ധൈര്യംവരാതെ, വെറും നിലത്ത്, അഴിഞ്ഞുലഞ്ഞ മുടിയിൽ മുഖമമർത്തിക്കിടന്ന്, അവൾ തേങ്ങി.

ഇരുണ്ട വീട് തേങ്ങലുകളുടെ വീടായി. പുറത്തു സന്ധ്യ രാത്രിക്കു കീഴടങ്ങിയിരുന്നു.

വളരെക്കഴിഞ്ഞപ്പോൾ അച്ഛൻ നടത്തം കഴിഞ്ഞു മടങ്ങിയെത്തി. വാതിലിൽനിന്നുകൊണ്ട്, അദ്ദേഹം ചവിട്ടിത്തേക്കപ്പെട്ട മുറിയേയും ചവിട്ടിത്തേക്കപ്പെട്ട മകളേയും നോക്കി. "ബീനാ" ഇടറുന്ന തൊണ്ടയോടെ, അദ്ദേഹം നിലവിളിച്ചു.

അവൾ എഴുന്നേറ്റ്, നഗ്നതമറയ്ക്കാൻപോലും മിനക്കെടാതെ, ഒരു കൊടുങ്കാറ്റുപോലെ കുതിച്ചുചെന്ന്, അച്ഛന്റെ നെഞ്ചിൽ വീണു: "അച്ഛാ!"

ഉലഞ്ഞു പൊട്ടിയ മുടിയിൽ, കണ്ണുനീർത്തുള്ളികൾ പൊഴിഞ്ഞു താണു. "എല്ലാം മനസ്സിലായി മോളേ."

"ഞാൻ തെറ്റുകാരിയല്ലച്ഛാ." ഒരു ഹിസ്റ്റീരിയക്കാരിയെപ്പോലെ അദ്ദേഹത്തിന്റെ കൈകളിൽ മുഖംചേർത്തു അവൾ തേങ്ങി.

പൊടുന്നനവെ അവളുടെ വിരലിൽ കൊഴുത്ത നനവു തട്ടി. അച്ഛന്റെ കൈയിലെ, പല്ലിറങ്ങിയ മുറിപ്പാടിൽനിന്നു വിരലെടുത്ത്, ഭയത്തോടെ, നിസ്സഹായതാബോധത്തോടെ മണത്തുനോക്കി. ഉണങ്ങാത്ത ചോരയുടെ ഗന്ധം, പരിഭ്രമപ്രളയം: "അച്ഛാ!" ∎

തിര, തീരം

തൊട്ടു, തൊട്ടില്ല. വീണ്ടും ശ്രദ്ധിച്ചപ്പോൾ- ഉണ്ട്; തൊടുന്നുണ്ട്.

അല്പം മുന്നോട്ടു നിരങ്ങിയിരുന്നു. പിറകിലെ സ്പർശനം അകന്നു.

എന്തു ശല്യമാണ്! സാരി ആയിരുന്നെങ്കിൽ കഴുത്തിലൂടെ വലിച്ചു മൂടിയിടാമായിരുന്നു. എല്ലാം അമ്മ കാരണമാണ്. താനിനിയും കൊച്ചു കുട്ടിയാണെന്നാണ് അമ്മയുടെ ധാരണ. സ്കർട്ട് ധരിക്കേണ്ട പ്രായം കടന്നിട്ടില്ലപോലും.

ചേച്ചി ഒന്നുമറിയുന്നില്ല. തിരശ്ശീലയിലാണ്- ആളങ്ങനെതന്നെ. പിന്നെ എങ്ങനെയാണ് തന്റെ ബുദ്ധിമുട്ടിനെക്കുറിച്ച് ശ്രദ്ധിക്കുന്നത്.

സ്മിതയ്ക്കു കരയാൻ തോന്നി. ചാടിയെഴുന്നേറ്റ് പിറകിലെ സീറ്റിലിരിക്കുന്ന ആ കുരങ്ങന് രണ്ടടി കൊടുക്കാൻ കഴിഞ്ഞെങ്കിൽ!

വീണ്ടും പിറകിൽ ഒരു വിരൽ തൊട്ടതുപോലെ തോന്നി. ഇനി മുന്നോട്ടധികം നീങ്ങാനിടമില്ല. ശ്വാസമടക്കി, അല്പനേരം ഇരുന്നു നോക്കി. ഇല്ല, വിട്ടുമാറാനുള്ള ഭാവമില്ല. കുറേശ്ശെ അമർത്തുന്നുമുണ്ട്.

ചേച്ചിയോടു പറഞ്ഞാലോ? "ചേച്ചീ, ദേ, ഈ പുറകിലിരിക്കണയാൾ എന്നെ-"

അയ്യേ! ഓർക്കാൻകൂടി നാണം. ചേച്ചിയോടു പറഞ്ഞാൽ വേറൊരു ശല്യംകൂടിയുണ്ട്. നേരേ ചേട്ടനോടു പറഞ്ഞെന്നിരിക്കും. ആൾ വലിയ ദേഷ്യക്കാരനാണെന്നാണു പറയുന്നത്. വിവാഹദിവസം രാത്രിയിൽ പാലിനു ചൂടുകുറഞ്ഞു പോയെന്നു പറഞ്ഞു ചേച്ചിയെ വഴക്കു പറഞ്ഞയാളാണുപോലും. ഇതു കേട്ടുകഴിഞ്ഞാൽ ചേട്ടനെന്താവും കാട്ടുക എന്നു പറയാൻവയ്യ. ദേഷ്യത്തിൽ എന്തെങ്കിലും ചെയ്താൽ, നാളെ തനിക്കു കോളേജിൽ പോവണ്ട. കൂടെ പഠിക്കുന്നവർ ആരെങ്കിലുമൊക്കെ തിയേറ്ററിൽ ഉണ്ടാവും.

വിരലുകൾ നേരിയ ഒരു കുസൃതി കാണിച്ചു.

സ്മിത ഞെട്ടിത്തിരിഞ്ഞുനോക്കി. പിറകിൽ തൊട്ടിരുന്ന കൈത്തലം പെട്ടെന്ന് അപ്രത്യക്ഷമായി.

നാണമില്ലാത്തവൻ! ഒരു വിഡ്ഢിയെപ്പോലെ തന്നെ നോക്കി ചിരിക്കുന്നു. ആ പല്ലു മുഴുവൻ കൊഴിച്ചുകളയാനുള്ള ദേഷ്യം തോന്നി.

വന്നുകയറിയപ്പോൾ മുതൽ ശല്യം തുടങ്ങിയതാണ്. ആദ്യം അത്ര ഗൗനിച്ചില്ല. കഴുത്തിനു പിറകിലെ മാലയിൽ ഒരു പ്രാണി ഇഴയുകയാണെന്നാണ് ആദ്യം ധരിച്ചത്. സിനിമയിൽ ശ്രദ്ധിച്ചിരുന്നതുകൊണ്ട് അതിനെ എടുത്തുകളയാനും മിനക്കെട്ടില്ല. എന്നാൽ ഒരല്പം കഴിഞ്ഞപ്പോൾ സംഗതി പിടികിട്ടി. അതോടെ ദേഷ്യവും ഭയവും തോന്നി. പിന്നെയിങ്ങോട്ട് സിനിമയിൽ തീരെ ശ്രദ്ധിക്കാൻ കഴിഞ്ഞില്ല.

ഇന്റർവെല്ലാകട്ടെ, സീറ്റു മാറിയിരുന്നുകളയാം. ചേട്ടനെപ്പിടിച്ച് ഈ സീറ്റിലിരുത്തിയിട്ട്, ചേട്ടനിപ്പോഴിരിക്കുന്ന സീറ്റിൽ ഇരിക്കണം. അങ്ങനെയാവുമ്പോൾ അവനെന്തുചെയ്യും എന്നൊന്നറിയണം.

ഒരു വെടിപൊട്ടുന്ന ശബ്ദം കേട്ടു. ഞെട്ടിപ്പോയി. താൻ മറ്റെന്തൊക്കെയോ ആലോചിക്കുന്നു. നേരെ മുന്നിൽ എന്താണു നടക്കുന്നതെന്നുപോലും ശ്രദ്ധിക്കുന്നില്ല. അവൾ തിരശ്ശീലയിലേക്കു ശ്രദ്ധതിരിച്ചു.

കുറേയധികം ആളുകളെ പട്ടാളക്കാർ പിടിച്ച് ഭിത്തിയിൽ പുറംതിരിച്ചു നിർത്തിയിരിക്കുന്നു. ചൂണ്ടിയ തോക്കുകൾക്കു മുന്നിൽവച്ച് എല്ലാവരുടെയും പോക്കറ്റുകൾ പരിശോധിക്കപ്പെടുന്നു. ഒരു കൊച്ചുകുഞ്ഞും അക്കൂട്ടത്തിലുണ്ട്. കാര്യം മനസ്സിലാക്കാതെ, മുഖം ചെരിച്ച്, നിഷ്കളങ്കമായി, എന്നാൽ നിഗൂഢമായ ഭയത്തോടെ പട്ടാളക്കാരെത്തന്നെ സൂക്ഷിച്ചു നോക്കുന്ന ഒരു കുഞ്ഞ്. വെടിവയ്ക്കാനുള്ള ഓർഡർ പുറപ്പെടുവിക്കാനായി, ജനറൽ വാച്ചിൽത്തന്നെ നോക്കിനിൽക്കുകയാണ്.

വൺ... ടൂ...

ദാ, പുറത്ത് തോളെല്ലിനു മുകളിലായി ഒരു നുള്ള്.

മറ്റൊന്നും ഓർക്കാൻ സാവകാശമുണ്ടായില്ല. ഇടതു കൈകൊണ്ട് പുറകിലേക്കു വീശിയടിച്ചു. ഒരു കൈ പുറകോട്ടു വലിഞ്ഞുപോകുന്നതു മാത്രം മനസ്സിലായി.

അമർഷം ഇരട്ടിച്ചു. നിറഞ്ഞ കോപത്തോടെ, അവന്റെ മുഖത്തേക്കുറ്റു നോക്കി. മങ്ങിയ വെളിച്ചത്തിലും, ആ മുഖത്തെ ജാള്യം വ്യക്തമായി കാണാമെന്നു തോന്നി. ഒരുതരം ഇളിഞ്ഞ മന്ദഹാസം.

തീക്ഷ്ണമായി അല്പനേരം അങ്ങനെതന്നെ നോക്കിക്കൊണ്ടിരുന്നു. അപ്പോൾ ആർക്കും കേൾക്കാനാവാത്ത സ്വരത്തിൽ പിറുപിറുത്തുകൊണ്ട് അവൻ കാൽ പുറകോട്ടു വലിച്ചെടുക്കുന്നതു കണ്ടു: "സോറി..."

സോറിപോലും! അടി കൊടുക്കാത്തതിന്റെ സുഖക്കേട്. ഇത്രനേരവും കാൽ കയറ്റിവച്ചിരുന്നതു തന്റെ കസാലയിലായിരുന്നു. അതു താൻ അറിഞ്ഞതേയില്ല.

ഇനി ചേട്ടനോടു പറഞ്ഞിട്ടുതന്നെ. ഇന്റർവെല്ലാകട്ടെ.

മഞ്ഞിൽക്കുതിർന്ന മരങ്ങൾക്കു ചോട്ടിലൂടെ ഒരു മോട്ടോർസൈക്കിൾ പാഞ്ഞുപോവുന്നു. ഓ! സീൻ മാറിയിരിക്കുന്നു. ആ കുഞ്ഞു മരിച്ചുകാണുമോ? അതോ...

എന്തു ശല്യമാണ്! നല്ലൊരു സിനിമയ്ക്കു വന്നിട്ട് ഒന്നു നേരേ ചൊവ്വേ കാണാൻപോലും സാധിക്കാതെവരിക എന്നു പറഞ്ഞാൽ.

വരേണ്ടിയിരുന്നില്ല.

ഇറങ്ങാൻനേരത്ത് അമ്മ വിലക്കിയതാണ്: “എന്തിനാ കുട്ടികൂടി ഇപ്പോ ഇറങ്ങി പുറപ്പെടുന്നത്? വല്ലതും വായിച്ചുകൊണ്ട് ഇവിടെയെങ്ങാനും ഇരുന്നുകൂടേ?”

“എനിക്കു പോണം.” വാശി പിടിച്ചു. “ഇന്നുകൂടിയേയുള്ളൂ ഈ ഫിലിം.”

“ഈ പടം മാറിയാൽ വേറേ പടം വരും. അതിനു പോവണം.”

“ങൂഹും, എനിക്കിതിനുതന്നെ പോവണം. അത്ര നല്ല ഫിലിമാണിത്.”

ചേച്ചി ഇടപെട്ടു. “അവളുകൂടി പോരട്ടെ. ഒൻപതു മണിക്കു തീരുമല്ലോ. പിന്നെ വന്നിരുന്നു വായിച്ചാൽ മതി. സ്മിതേ, ഡ്രസ്സു ചെയ്തോളൂ. ആറേകാലായി സമയം, ക്വിക്ക്”

ഡ്രസ്സുചെയ്തുകൊണ്ട് അകത്തെ മുറിയിൽ നിൽക്കുമ്പോൾ അമ്മ കടന്നുവന്നു. ശബ്ദമടക്കി ശകാരിച്ചു: “നാണമില്ലല്ലോ. അവർ ഭാര്യയും ഭർത്താവും കൂടി എവിടേക്കെങ്കിലും പോകാൻ തുടങ്ങുമ്പോ കൂടെ ഇറങ്ങിത്തിരിക്കാൻ നടക്കുന്നു. ഇത്രേം പ്രായമായിട്ടും വിവരമില്ലാത്തതു കുറേ കഷ്ടംതന്നെ.”

കണ്ണു നിറഞ്ഞുപോയി. വേറെ ആരുണ്ട് തന്നെ സിനിമാ കാണിക്കാൻ? അമ്മയാണെങ്കിൽ, ഒരൊറ്റപ്പടത്തിനും പോവില്ല. മുമ്പു ചേച്ചിയെങ്കിലും കൂട്ടിനുണ്ടായിരുന്നു. അന്ന് ഒരൊറ്റ സിനിമയും വിടില്ലായിരുന്നു. ഇപ്പോൾ, കഴിഞ്ഞ രണ്ടു മാസമായി, ചേച്ചിയുടെ വിവാഹം കഴിഞ്ഞതോടെ, തന്റെ കാര്യം വളരെ പരുങ്ങലിലാണ്. എന്തെന്തു നല്ല പടങ്ങൾ വരുന്നു, പോകുന്നു. ചേച്ചിയും ഭർത്താവുംകൂടി എല്ലാ പടവും കാണുന്നുമുണ്ട്.

അറിയാതെ വാക്കുകൾ പുറത്തുചാടി: “എത്ര സിനിമയ്ക്ക് അവർ രണ്ടുപേരും കൂടി പോയിരിക്കുന്നു. അന്നൊന്നും ഞാൻ കൂടെപ്പോവണമെന്നു പറഞ്ഞിട്ടില്ലല്ലോ. ഇതിപ്പോ അത്ര നല്ല പടമായതുകൊണ്ടാണ്.”

പുറത്തുനിന്നു ചേച്ചി വിളിച്ചുപറയുന്നതു കേട്ടു: “സ്മിതേ, വാചകമടിച്ചു നിൽക്കാതെ ഒന്നു വേഗം ഒരുങ്ങൂ പെണ്ണേ. ടൈം പോവുന്നു.”

അമ്മ അരിശത്തോടെ പറഞ്ഞു: "നിന്റെ ഇഷ്ടംപോലെ. പറഞ്ഞാ മനസ്സിലാകണ്ടേ!"

ഇത്രയൊക്കെ ബുദ്ധിമുട്ടി വന്നിട്ട്, ഇപ്പോൾ നേരാംവണ്ണം പടം കാണാൻ കൂടി സാധിക്കുന്നില്ലെന്നു പറഞ്ഞാൽ-?

എങ്ങനെ ദേഷ്യം വരാതിരിക്കും?

ചേച്ചി കിലുകിലെ പൊട്ടിച്ചിരിക്കുന്നതു കേട്ടു. പരിസരബോധം വന്നപ്പോൾ കണ്ടു, ചേച്ചി മാത്രമല്ല, തിയേറ്ററിൽ എല്ലാവരും ചിരിക്കുന്നുണ്ട്. സ്വതവേ ഗൗരവക്കാരനായ ചേട്ടൻപോലും കുലുങ്ങിക്കുലുങ്ങി ചിരിക്കുന്നു.

ആ ഫലിതം എന്തായിരുന്നിരിക്കാം? ഇനിയിപ്പോൾ ആരോടെങ്കിലും ചോദിക്കാൻ പറ്റില്ലല്ലോ.

പിറകിൽനിന്നു ചെറുപ്പക്കാരൻ പൊട്ടിച്ചിരിക്കുന്നതു കേട്ടു. ആ ശബ്ദം എവിടെയോ കേട്ടു പരിചയമുള്ളതുപോലെ. ആരാണോ, ആവോ! ആരായാലും ആ ചിരികേട്ടാലറിയാം, തന്റെ ശ്രദ്ധ പിടിച്ചുപറ്റാൻ വേണ്ടിയുള്ളതാണ് അതെന്ന്.

അയാളിൽനിന്ന് ശ്രദ്ധതിരിക്കാൻ പണിപ്പെടേണ്ടിവരുന്നു. ഏതായാലും ഇത്രയും സമയം വെറുതേ പോയി. ഇനിയങ്ങോട്ടുള്ള ഭാഗങ്ങളെങ്കിലും ഒന്നു ശരിക്കു കാണാൻ കഴിഞ്ഞെങ്കിൽ.

ചേച്ചി ചേട്ടന്റെ ചെവിയിൽ എന്തോ രഹസ്യം പറഞ്ഞു ചിരിക്കുന്നതു കേട്ടു. സ്ക്രീനിൽ വിശാലമായ കടൽപ്പുറത്ത് ഒരാണും പെണ്ണും ചേർന്ന് കളിക്കുകയാണ്. ചേച്ചി പറഞ്ഞത് എന്തായിരിക്കാം എന്ന് സ്മിത ഏറെക്കുറെ ഊഹിച്ചു.

തിരശ്ശീലയിൽ ബീച്ചാണ്. വെളുത്ത മണലും നീലത്തിരകളും. മനോഹരമായിരിക്കുന്നു. എന്തു വാശിയാണ് തിരകൾക്ക്; തീരത്തെക്കൂടി നക്കിയെടുക്കാൻ. കടൽപ്പുറത്തുകൂടി ഓടിപ്പോകുന്ന പെൺകുട്ടിയുടെ അർദ്ധനഗ്നമായ പിൻഭാഗം ചെറുതായിച്ചെറുതായി, തീരെ മറഞ്ഞിരിക്കുന്നു, ഇപ്പോൾ.

പൊടുന്നനെ, ഭയപ്പെട്ടിരുന്നതുപോലെ, ഒരിക്കൽക്കൂടി, കഴുത്തിൽ കൈവിരലുകൾ വന്നുവീണു.

സ്മിത അനങ്ങിയില്ല. ഇത്തവണ വെറുതേവിടരുത്. കാലിൽനിന്ന് ചെരിപ്പ് അഴിച്ചിട്ടു.

കഴുത്തിൽനിന്ന് കൈപ്പത്തി, മെല്ലെ മുകളിലേക്കരിച്ചുകയറി. ചെവിക്കുതാഴെയായി കവിളിൽ മെല്ലെയമർന്നു.

ദേഷ്യം അടക്കി ഒരു വശം ചെരിഞ്ഞുനോക്കി. കാണാം. മോതിരമിട്ട ഉരുണ്ട കൈവിരലുകളും, വാച്ചിന്റെ തിളങ്ങുന്ന സ്ട്രാപ്പും.

ഹൃദയം മിടിച്ചു. എന്തു ചെയ്യണമെന്നറിയാതെ, ഒന്നു രണ്ടു നിമിഷങ്ങൾ കടന്നുപോയി. എതിർപ്പില്ലാതെയായപ്പോൾ, വിരലുകൾ വേഗതയിലും ശുഷ്കാന്തിയിലുമാണ്.

വല്ലാത്തൊരു നിസ്സഹായാവസ്ഥ അനുഭവപ്പെട്ടു.

പെട്ടെന്ന് ഒരാശയം. ചേച്ചിയുടെ കൈ വലിച്ചെടുത്തു. അല്പനേരം വളയണിഞ്ഞ കൈത്തണ്ടയിൽതന്നെ തിരുപ്പിടിച്ചിരുന്നു. പിന്നീട്, ചേച്ചി പോലും പ്രതീക്ഷിക്കുന്നതിനുമുമ്പായി, ആ കൈ ഉയർത്തി, കവിളിൽ കളംവരയ്ക്കുന്ന വിരലുകളിൽ അമർത്തിപ്പിടിച്ചു.

ചേച്ചി ഞെട്ടുന്നതും വിളറുന്നതും കണ്ടു. ഏതായാലും ആ വിരലുകളിൽ ഞെരിച്ചുപിടിക്കുന്നതു സ്മിതയ്ക്കുകൂടി അനുഭവപ്പെട്ടു. അപ്രതീക്ഷിതമായി ലൈറ്റു തെളിഞ്ഞു. ആളുകൾ എഴുന്നേല്ക്കുന്നു.

നോക്കുമ്പോൾ–

ഇന്റർവെൽ.

ചിരിയമർത്തി. ചേച്ചിയുടെ മുഖത്തേക്കുറ്റുനോക്കി. ചേച്ചി, പാവം, ഇപ്പോൾ കരയുമെന്നു തോന്നി. അവർ ചേട്ടനെത്തന്നെ നോക്കിയിരിക്കുന്നു. നനവുതട്ടിയ കണ്ണുകൾകൊണ്ട്, ദഹിപ്പിക്കാൻപോന്ന ഒരു നോട്ടം.

ചേട്ടൻ കുനിഞ്ഞിരിക്കുന്നു. തല ഉയർത്തുന്നതേയില്ല. സ്മിത ആ വിരലുകളിലേക്കു സൂക്ഷിച്ചു നോക്കി. മോതിരമിട്ട വിരലുകളും വാച്ചിന്റെ തിളങ്ങുന്ന സ്ട്രാപ്പും കണ്ടപ്പോൾ ഭയം തോന്നി.

ചേച്ചി പിറുപിറുത്തു: "വരൂ, കുട്ടീ നമുക്കു പോവാം."

സ്മിത എഴുന്നേറ്റുനിന്നു സ്കർട്ട് നേരേ പിടിച്ചിട്ടു.

ഒരു യന്ത്രപ്പാവയെപ്പോലെ, ജീവനില്ലാതെ, ചേട്ടനും എഴുന്നേല്ക്കുന്നതു കണ്ടു.

ഒരു കുടുംബകലഹത്തിന്റെ ആരംഭം. അവൾക്കു വല്ലായ്മ തോന്നി.

പിറകിലെ സീറ്റിലിരുന്ന് ചെറുപ്പക്കാരൻ കാര്യം പിടികിട്ടാതെ അവരെത്തന്നെ അമ്പരപ്പോടെ നോക്കുന്നു. പാവം.

അവൾക്ക് അയാളോടു സഹതാപം തോന്നി. ക്ഷമ ചോദിക്കണമെന്നും.

ഈ ഫിലിമിന് വരേണ്ടിയിരുന്നില്ല.

■

പ്രഹേളിക

സ്ത്രീകളുടെ ഭാഗത്തുനിന്ന് അവൾ കൈയുയർത്തിക്കാണിച്ചു. ഞാനെണീറ്റു.

ഈ അപകടമുണ്ടാവുമെന്നു നേരത്തെ അറിഞ്ഞിരുന്നില്ല. സ്ത്രീ കൾക്കും പുരുഷന്മാർക്കും വെവ്വേറെയാണത്രേ സീറ്റുകൾ. കുടുംബ സമേതം വരുന്നവരൊക്കെ പകുതിക്കു വലതുഭാഗത്ത്. അവിവാഹിത രായ ആണുങ്ങൾ ഇപ്പുറത്ത്.

തിയേറ്ററിലെ ലൈറ്റണഞ്ഞുകഴിഞ്ഞിരുന്നു. സ്ക്രീനിൽ ഒരു കൊച്ചു കുഞ്ഞ് പരസ്യത്തിനായി ഉപയോഗിക്കപ്പെടുന്നു.

ആളുകൾ കുറവാണ്. അവളിരിക്കുന്നതിന് നാലു സീറ്റിന്നപ്പുറത്ത് വൃദ്ധനായ ഒരു അയ്യങ്കാർസ്വാമിയും ഭാര്യാപുത്രാദികളും. നേരെ മുമ്പിൽ മെലിഞ്ഞുണങ്ങിയ ഒരു ചെറുപ്പക്കാരനും കണ്ണാടിവെച്ച ഒരു കറുത്ത പെൺകുട്ടിയും. ഈയ്യിടെ വിവാഹം കഴിച്ചതുപോലെ തോന്നുന്നുണ്ട്.

ഞാൻ ചെല്ലുന്നതുകണ്ട് സ്വാമി മിഴിച്ചുനോക്കി.

മുൻസീറ്റിലിരുന്ന നവദമ്പതികൾ തിരിഞ്ഞുനോക്കുന്നു.

ഞാൻ അല്പമുറക്കെച്ചോദിച്ചു: "ചേച്ചി എവിടെ?"

"ചേച്ചി?"

"അതെ. വന്നില്ലേ?"

അവൾക്കു പെട്ടെന്നു പിടികിട്ടി. "ഇല്ല."

"കുഞ്ഞിനേയും കൊണ്ടുവന്നില്ലേ?"

"ഇല്ല." അവൾ ചിരിയൊതുക്കിക്കൊണ്ടു പറഞ്ഞു.

അയൽക്കാരുടെ സംശയം തീർന്നു. ഫാമിലിയാണ്. അപകടമില്ല. ഞാൻ അടുത്ത സീറ്റിലിരുന്നു.

അവൾ പതുക്കെപ്പറഞ്ഞു: "കള്ളത്തരം."

ഞാൻ ഒന്നും പറഞ്ഞില്ല. അവൾ എന്റെ മുഖത്തേക്ക് ഒളിഞ്ഞു നോക്കുന്നതു ശ്രദ്ധിച്ചു.

"ഏയ്!" വാതില്ക്കൽ നിന്നിരുന്ന വൃദ്ധൻ വിളിക്കുകയാണ്.
"ആരോ വിളിക്കുന്നു." അവൾ പറഞ്ഞു.
ഞാൻ കേൾക്കാത്തതുപോലെയിരുന്നു.
"ഏയ്!" വൃദ്ധൻ വീണ്ടും വിളിച്ചു.അല്പം കോപിച്ച മട്ടിലാണ്.
ഞാൻ ചോദിച്ചു: "എന്തുവേണം?"
"ഇവിടെ വരണം സാർ."
ആളുകൾ ശ്രദ്ധിക്കുന്നുണ്ടോ എന്നു ഞാൻ നോക്കി. ഇല്ല, എല്ലാ വരും ന്യൂസ്‌റീലിൽ മുഴുകി ഇരിക്കുകയാണ്.
ഞാൻ അവളോടായി പറഞ്ഞു:
"ഇവിടം 'കുടുംബക്കാർക്ക്' വേണ്ടിയുള്ളതാണ്. അതാണയാൾ എന്നെ വിളിക്കുന്നത്."
"ഇനീപ്പോ എന്തു ചെയ്യും?"
"വരൂ." ഞാനവളെക്കൂടി പിടിച്ചെണീപ്പിച്ചു.
ഞങ്ങൾ രണ്ടാളുംകൂടി വൃദ്ധന്റെയടുത്തേക്കു നീങ്ങി.
"എന്താണ്?"
"അവിടം ഫാമിലിസീറ്റാണ്."
"അതെ-"
അയാളുടെ മുഖം പെട്ടെന്നു മഞ്ഞളിച്ചു.
"സാറു ഫാമിലിയാണോ?" അവളെ നോക്കിക്കൊണ്ട് വൃദ്ധൻ പിറു പിറുത്തു.
ഞാൻ ഉത്തരം ഒന്നും പറഞ്ഞില്ല. അയാളുടെ മുഖത്തേക്കുതന്നെ തറപ്പിച്ചു നോക്കിക്കൊണ്ടു നിന്നു.
"അറിഞ്ഞില്ല സാർ. ഒറ്റയ്ക്ക് കയറിവന്നത് കണ്ടപ്പോ."
ഞാൻ കയറിപ്പറഞ്ഞു: "മനസ്സിലായി."
അയാൾ ക്ഷമാപണപൂർവ്വം എന്റെ മുഖത്തേക്കുനോക്കി.
ഞാൻ ഒരു ചെറിയ തെറി പറഞ്ഞു. അയാൾ പോയി. ഞങ്ങൾ ഏറ്റവും പിൻഭാഗത്തെ സീറ്റിൽ സ്വാമിയുടെ ഇടതുഭാഗത്തായിപ്പോയി രുന്നു. സ്വാമി അസഹ്യതയോടെ ചുമച്ചു.
അവളുടെ കണ്ണുകളിൽ ഒരു കുസൃതിച്ചിരി തങ്ങിനിന്നിരുന്നു.
"നമ്മളെക്കണ്ടാൽ ഒരു ഭാര്യയും ഭർത്താവുമാണെന്നു തോന്നുകില്ലേ?" അവൾ ചോദിച്ചു.
"ഇല്ല."
"പിന്നെ?-"

ഞാൻ മറുപടി പറയാൻ പോയില്ല. അവളുടെ കൈകൾ എടുത്ത് കൈയിലിട്ട് വെറുതെ ഞെരിച്ചു.

"കൈ നനഞ്ഞിരിക്കുന്നു." അവൾ പറഞ്ഞു: "പഴയതുപോലെ ഇപ്പോഴും കൈയുടെ വെള്ള വിയർക്കുമോ?"

"അതേപ്പറ്റി ഫ്രോയിഡ് എന്താണ് പറഞ്ഞിരിക്കുന്നതെന്നറിയാമോ?" ഞാൻ ചോദിച്ചു.

"അറിയില്യ."

"എങ്കിൽ മിണ്ടാതിരിക്കവിടെ." ഞാൻ പറഞ്ഞു: "എന്നിട്ട് പടം കണ്ടോളൂ."

അവൾ പരിഭവപൂർവ്വം കൈ വലിച്ചെടുത്തു:

"ഓ. വലിയ പവ്വറാണ്."

അവളുടെ ശരീരം മുഴുവൻ സുഗന്ധം നിറഞ്ഞിരിക്കുന്നു. മനോഹരമായ ചന്ദനത്തിന്റെ ഗന്ധം.

എന്റെ വലതുവശത്തിരിക്കുന്ന ആ സുന്ദരിയെ ഞാൻ കുറച്ചുനേരം സൂക്ഷിച്ചുനോക്കി.

"മെലിഞ്ഞുപോയി." അവൾ പറഞ്ഞു.

"ചുമ്മാതെ പറയുന്നു."

"അല്ലല്ല, മെലിഞ്ഞിരിക്ക്യന്ന്യാണ്."

"ഒന്നുമില്ല." ഞാൻ പറഞ്ഞു: "ജിംനാസ്റ്റിക് ബോഡി."

"ഉവ്വുവ്വ്." അവൾ നാലുപുറവും നോക്കിക്കൊണ്ട് എന്റെ കൈകളിൽ നുള്ളി. "മിസ്റ്റർ യൂനിവേഴ്സല്ലേ?"

ഞാൻ അവളുടെ പിറകുഭാഗത്തുകൂടി കൈയിട്ട്, എന്റെ ശരീരത്തേക്ക് പിടിച്ചടുപ്പിച്ചു. അവൾ തല എന്റെ തോളിലേക്കു ചായിച്ചു.

"നമ്മൾ തമ്മിൽക്കണ്ടിട്ട് എത്ര മാസമാകുന്നു?" ഞാൻ ചോദിച്ചു.

"എട്ടുമാസവും പതിമൂന്നു ദിവസവും"

"കൃത്യം?" എനിക്കദ്ഭുതം തോന്നി.

"ശരിക്കതെ. ഞാനെന്നും കണക്കുകൂട്ടി നോക്കാറുണ്ട്."

"ഇന്നെങ്ങിനെ ഒറ്റയ്ക്കുപോന്നു?"

"അശ്ശെ! അതു പറ്യാതിരിക്ക്യാണ് ഭേദം. എന്തെല്ലാം കള്ളം അടിച്ചുവിട്ടെന്നോ? ഞാൻ എഴുതിയിരുന്നില്ലേ?"

അവൾ വർണ്ണിക്കാൻ തുടങ്ങിയപ്പോൾ ഞാൻ തടഞ്ഞു: "ഉവ്വ് എഴുതിയിരുന്നല്ലോ."

"എന്തെഴുതിയിരുന്നു?" അവൾക്കു ദേഷ്യം കയറി.

എനിക്കോർമ്മയുണ്ടായിരുന്നില്ല. ഞാൻ പറഞ്ഞു:

"കുന്തം."

"വിടൂ." അവൾ എന്റെ കൈകളിൽ നിന്നു കുതറി മാറാൻ ശ്രമിച്ചു. അടുത്തിരുന്ന അയ്യങ്കാർസ്വാമി അവളുടെ ശബ്ദംകേട്ടു പെട്ടെന്നു തല തിരിച്ചു നോക്കി. ഞാൻ അവളെ വിട്ടില്ല. എന്റെ ശരീരത്തേക്കു കൂടുതൽ അമർത്തി വെച്ചു. സ്വാമി പകച്ചു നോക്കുന്നതു കണ്ടപ്പോൾ അവളുടെ മുഖം പിടിച്ച് എന്റെ നേരെ ഉയർത്തി. അയാൾ തലവെട്ടിച്ചു മുന്നോട്ടു നോക്കിയിരുപ്പായി.

"അയാളുകണ്ടു." അവൾ പറഞ്ഞു: "എനിക്കു പേടിയാവുന്നു."

"പിന്നെ എന്തിന് ഒറ്റയ്ക്കു വന്നു?" ഞാൻ ചോദിച്ചു.

"പേടി." അവൾ പിറുപിറുത്തു.

"പേടി?"

"പേടി, വല്ലവരും അറിയുന്ന ആൾക്കാരുണ്ടെങ്കി ഒക്കെത്തീർന്നു."

"എങ്ങനെ മടക്കയാത്ര? ഡ്രൈവർ കയറീട്ടുണ്ടോ?"

"ഇല്യ." അവൾ വലിയ ഒരു സാഹസികത വർണിക്കുന്ന മട്ടിൽ പറഞ്ഞു. "അയാളെ ഞാൻ പറഞ്ഞയച്ചിരിക്കുന്നു. പടം തീരുംവേളയ്ക്ക് വന്നോളും."

"വന്നില്ലെങ്കിലോ?"

"വരും."

"വന്നില്ലെന്ന് കരുതിനോക്കൂ. അപ്പോഴോ?"

ഞാൻ ചോദിച്ചു.

"അതപ്പോ ഞാൻ നോക്കിക്കോളാം." അവൾ വെട്ടി മുറിച്ചപോലെ പറഞ്ഞു:

"ഹൗ! എന്താ കൊതി, എനിക്കു മുറിയുണ്ടാക്കിത്തരണ്ടാട്ടോ."

ഞാൻ അവളുടെ കണ്ണുകളിൽ ചുംബിച്ചു. അവൾ നിശ്ശബ്ദയായി കണ്ണുകളടച്ചു. അവളുടെ കൈവിരലുകൾ എന്റെ തലമുടിക്കിടയിലും കഴുത്തിലും അദൃശ്യചിത്രങ്ങൾ വരച്ചുകൊണ്ടിരുന്നു.

ഞാൻ തലയുയർത്തി സ്ക്രീനിലേക്കു നോക്കി.

അവൾ സ്വപ്നത്തിന്റെ സ്വരത്തിൽ പറഞ്ഞു:

"ഫിലിം തുടങ്ങിയിരിക്കുന്നു. ഹായ്. നമ്മളറിഞ്ഞതേയില്യ."

"ഞാനറിഞ്ഞിരുന്നു." ഞാൻ പറഞ്ഞു.

"പച്ചക്കള്ളം. എന്തിനിങ്ങനെ കള്ളം പറയണ്? കള്ളം പറഞ്ഞാ ദോഷം കിട്ടാൻ പോണത്, നോക്കിക്കോ."

എനിക്കത് ഇഷ്ടപ്പെട്ടില്ല. ഞാൻ വെറുതേ പറഞ്ഞു:

"നിന്നെ ഞാൻ തിന്നും."

“എന്നേയോ? അതു ഏതായാലും ഇപ്പോ വേണ്ടാ, പകരം മറ്റൊരു സാധനം തരാം.”

അവൾ വാനിറ്റിബാഗു തുറന്നു കർച്ചീഫിൽ പൊതിഞ്ഞ ഒരു ചാമ്പയ്ക്കാ എടുത്തുതന്നു. ഞാൻ കടിച്ചു നോക്കി. നേരിയ ചവർപ്പുണ്ട്.

“മുറ്റത്തുണ്ടാവണതാണ്. എത്രാന്നറിയ്യോ കാച്ചു കിടക്കണത്. ഒന്നു വരൂന്നേ ഒരിക്കൽ. കാട്ടിത്തരാം.”

ഞാൻ ചാമ്പയ്ക്കാ കടിച്ചുതിന്നുകൊണ്ടിരുന്നു. അവളെഴുതി അയയ്ക്കാറുള്ള നൂറുനൂറു കിന്നാരങ്ങൾ മനസ്സിൽ പൊന്തിവന്നു. പുറത്ത് ചിനുചിനുന്നനെ പെയ്യുമ്പോൾ തലയിണയാണെന്ന ബോധംപോലും നഷ്ടപ്പെട്ട് കെട്ടിപ്പിടിച്ചുമ്മവെയ്ക്കുകയും ഉദിച്ചുവരുന്ന പൗർണ്ണമി കാണുമ്പോൾ എന്റെ മോൻകൂടി അടുത്തുണ്ടായിരുന്നെങ്കിൽ എന്നോർക്കുകയും ഇവിടെ എന്തൊരു മഞ്ഞാണെന്നോ, അതു കാണുമ്പോൾ “എന്റെ നാട്ടിലെ മഞ്ഞും മേഘങ്ങളും എന്നെപ്പോലെതന്നെ മടിയന്മാരാണ്. പാടങ്ങളുടെയും കടലിന്റെയും മുകൾപ്പരപ്പിൽ നിന്ന് അവ കണ്ണും തിരുമ്മി എഴുന്നേല്ക്കുമ്പോൾ പതിനൊന്നുമണിയാണ്” എന്നെഴുതിയ വ്യക്തിയെക്കുറിച്ച് സ്വപ്നം കാണുകയും ചെയ്യുന്ന എന്റെ കൊച്ചു പൊൻകിളി.

ഞാൻ അവളുടെ കഴുത്തിൽപ്പിടിച്ചിട്ട് താടി അല്പമായി ചരിച്ചു. അവൾ മുഖം എന്റെനേരെയുയർത്തി മൗനമായി മന്ദഹസിച്ചു. അല്പമായി വിടർന്ന ചുണ്ടുകൾ. ചുവപ്പുരാശി വീണ തിളക്കമുള്ള കവിളുകൾ. ഞാൻ ആ കവിളിൽ ചുണ്ടമർത്തി. അവിടെനിന്നും തലയുയർത്താതെ അവളുടെ ചുണ്ടുകളിലേക്കു ഞാൻ വായടുപ്പിച്ചു. സ്വാമി ഇടയ്ക്കിടെ തലവെട്ടിച്ചു നോക്കുന്നതു കണ്ടു.

അവളുടെ ശരീരം ചെറുതായി വിറകൊണ്ടിരുന്നു.

അവൾ അതൊളിക്കാനായിപ്പറഞ്ഞു:

“വിറയ്ക്കുന്നല്ലോ.”

“ആര്. ഞാനോ?” ഞാൻ ചോദിച്ചു.

“അതെ–”

“എന്റെ ജീവിതത്തിലെ ആദ്യത്തെ അനുഭവമാണ്.”

“കള്ളമല്ലേ അത്?” അവൾ പെട്ടെന്നു ചോദിച്ചു.

“അല്ല സത്യം.” ഞാൻ വീണ്ടും കള്ളം പറഞ്ഞു.

അവൾ എന്റെ മുഖം പിടിച്ചുതള്ളി. “പോകൂ. മതി.”

ഞാൻ നിവർന്നിരുന്നു.

“ആ സ്ത്രീ കണ്ടൂന്ന്തന്നെ തോന്നുണ്ണ്ട്.”

നവവധുവിനെ ചൂണ്ടിക്കാട്ടി അവൾ പറഞ്ഞു.

"എങ്കിലാകെ കുഴപ്പമായല്ലോ" ഞാൻ പറഞ്ഞു.

"എന്താ അറിയ്യോ, അവരെ?"

"അറിയില്ല. എങ്കിലും അവർ കണ്ടുപോയില്ലേ?" അവൾ ചിരിച്ചു. "കളി."

ഇന്റർവെൽ കഴിഞ്ഞപ്പോൾ അവൾ ചോദിച്ചു: "ഇനി എന്നാ കാണുക?"

ഞാൻ പറഞ്ഞു: "ഇനി എന്നാണ് നീ ടൗണിൽ വരുന്നത്? നേരത്തെ എഴുതിയാൽ മതി."

"എന്നും ഇങ്ങനെയൊക്കെ മതിയോ?"

ഞാൻ മിണ്ടാതിരുന്നു. എല്ലാപെണ്ണുങ്ങളേയുംപോലെതന്നെ ഇവളും.

"എന്നെ വേണ്ടല്ലോ, അല്ലേ?"

"അങ്ങനെ പറയരുത്," എനിക്കു ദുഃഖം തോന്നി.

"സത്യം പറയൂ. എന്നോടു സ്നേഹമുണ്ടോ?"

"എന്നെ വിശ്വാസമില്ലേ?" ഞാൻ ചോദിച്ചു.

"എനിക്കു വിശ്വാസമാണ്. അതല്ലേ, ഞാനിങ്ങനെ ഒറ്റയ്ക്കു വന്നിരിക്കുന്നതുതന്നെ. അല്ലെങ്കിൽ വരുമെന്നു കരുതുന്നുണ്ടോ?"

ഞാൻ അവളുടെ പേര് ഒരു വിഡ്ഢിത്തം നിറഞ്ഞ സ്വരത്തിൽ വിളിച്ചു. എനിക്കൊന്നും പറയാൻ ഉണ്ടായിരുന്നില്ല.

അവൾ ചോദിച്ചു: "എന്നെ വെറുപ്പാണോ?"

"ആരു പറഞ്ഞു?"

"എന്തോ എനിക്കങ്ങനെ തോന്നുകയാണ്. എന്നേക്കുറിച്ച്. ഒരു ചീത്ത പെണ്ണിനെപ്പോലെ തോന്നുന്നുണ്ടോ? ആരും കൂട്ടിനില്ലാതെ ഒറ്റയ്ക്കു സിനിമയ്ക്കു വരുന്നത് നല്ലതാ?"

ഞാൻ പറഞ്ഞു: "നല്ലത്. ആരോഗ്യകരമായ ഒരു സ്വഭാവമാണത്."

"പിന്നെന്തേ വേണ്ടാത്തത്?" ഞാനവളോട് എന്റെ ചുറ്റുപാടുകൾ ആയിരത്തിഒന്നാംതവണ വീണ്ടും വിവരിച്ചു.

എന്റെ ദാരിദ്ര്യം. തുച്ഛശമ്പളം.

"എത്ര കഷ്ടപ്പാടുണ്ടായാലും ഞാൻ സഹിച്ചോളാം."

അവൾ തേങ്ങലമർത്തി സംസാരിക്കുകയാണെന്ന് എനിക്കു മനസ്സിലായി.

"അങ്ങനെ എന്റെ കുട്ടി കഷ്ടപ്പെടേണ്ട കാര്യമൊന്നുമില്ലല്ലോ." ഞാൻ കളിയായിപ്പറഞ്ഞു.

"ഇനിയെങ്ങനെ എനിക്കു മറ്റൊരാളെ വിവാഹം കഴിക്കാൻ പറ്റുംന്നാ വിചാരിക്കണത്?"

"വളരെ നിസ്സാരമാണത്." സ്വരത്തിന്റെ ലാഘവത്വം കളയാതെ ഞാൻ പറഞ്ഞു.

"എങ്ങനെ ഇങ്ങനെയൊക്കെപ്പറയാൻ പറ്റുന്നു? മറ്റൊരാൾ വന്നാൽ എനിക്കയാളോട് വെറുപ്പേ തോന്നുള്ളു. പിന്നെ, നമ്മുടെ പഴയ ഈ കഥ യൊക്കെ അയ്യാളറിയുകേംകൂടിച്ചെയ്തുകഴീംമ്പോ–"

ഞാൻ ഒന്നും മിണ്ടിയില്ല.

"പിണങ്ങിയോ?–" അവൾ ചോദിച്ചു.

"ഇല്ല." ഒരു മടിയനെപ്പോലെ ഞാൻ പറഞ്ഞു.

അവൾ എന്റെ കവിളിൽ ചുണ്ടുചേർത്തു. എന്നിട്ട് കർച്ചീഫ്കൊണ്ട് അവിടം തുടച്ചു.

"മായ്ക്കണ്ടാ." ഞാൻ പറഞ്ഞു. "മായ്ച്ചതിനു പകരം പുതിയതൊന്ന് അവിടെ വെച്ചേക്കണം."

അവൾ ചിരിച്ചു: "ഇങ്ങനെയിരുന്ന് അങ്ങ് മരിച്ചിരുന്നെങ്കിൽ–"

എനിക്കു സംശയം തോന്നി.

അവൾ വീണ്ടും പറഞ്ഞു: "അല്ലെങ്കീ വേണ്ടാ. ഈ സിനിമാ ഒരി ക്കലും അവസാനിക്കാതിരുന്നെങ്കിൽ–"

അവളുടെ കണ്ണുകൾ നിറഞ്ഞൊഴുകുന്നതു ഞാൻ കണ്ടു. ഞാൻ ചിരിച്ചു കൊണ്ടു പറഞ്ഞു:

"അല്ലെങ്കിൽ ഇപ്പോഴൊന്ന് പവ്വറു പോയിരുന്നെങ്കിൽ!"

അവൾ ഉറക്കെ പൊട്ടിച്ചിരിച്ചു. മുമ്പിലിരുന്ന നവവധു അസഹ്യമായ കോപത്തോടുകൂടി തലതിരിച്ചു നോക്കി.

അവൾ ശബ്ദം താഴ്ത്തി പറഞ്ഞു: "അയ്യോ പടം കഴിയാറായിരി ക്കുന്നു."

ഞാൻ വാച്ചിൽ നോക്കി ചോദിച്ചു: "എന്തെങ്കിലും കണ്ടോ ഇതു വരെ?"

അവൾ ആത്മാർത്ഥമായി മറുപടി പറഞ്ഞു: "ഒരൊറ്റ വസ്തു ഞാൻ കണ്ടിട്ടില്ല, കേട്ടിട്ടുമില്ല."

പടം തീരാറായപ്പോൾ ഞാൻ വീണ്ടും അവളെ ചുംബിച്ചു.

"ഇക്കിളിയാവുന്നു." അവൾ പറഞ്ഞു. "എന്താ ഒരു ചൊടീം പരി ചയോം. എങ്ങിനെയിതു പഠിച്ചു?"

ഞാൻ പറഞ്ഞു: "വേശ്യകളെ ചുംബിച്ചിട്ട്."

"വേശ്യകൾ?"

"അതെ." ഞാൻ സത്യം പറഞ്ഞു.

"സത്യംപറയൂ, വേശ്യകളെ ചുംബിച്ചിട്ടുണ്ടോ?"– അവൾ ചോദിച്ചു.

“ഇല്ല.” ഞാൻ കള്ളം പറഞ്ഞു.

“കള്ളം. സത്യത്തിൽ വേശ്യകളെ...” അവൾ പെട്ടെന്നു നിർത്തി.

“വേശ്യകളെ-”

“ഇപ്പൊ പറയാൻ മനസ്സില്ല.”

ഞാൻ മറ്റെന്തോ ആലോചിച്ചുകൊണ്ടു മലർന്നു കിടന്നു. പുക നിറഞ്ഞ നനഞ്ഞ രാത്രികൾ മനസ്സിലോടി വന്നു. സിഗരറ്റിന്റെയും ബീഡിപ്പുകയുടെയും നാറ്റമുള്ള വായകൾ. മുറുക്കാൻകറ പറ്റിയ പല്ലുകൾ. അടഞ്ഞശബ്ദങ്ങൾ. “രണ്ടുറുപ്പ്യേം ഒരു ബീഡീം തന്നാരുന്ന് ആദ്യമൊക്കെ എന്നെ ആൾക്കാര്-” എന്നു പറയുന്ന തൊണ്ടുകൾ.

“വേശ്യകൾക്കെത്ര വയസ്സുണ്ട്?” എന്റെ അടുത്തിരുന്ന പെൺകുട്ടി ചോദിച്ചു.

“മുപ്പത്.” കൂടുതൽ സംസാരിക്കാൻ ഇഷ്ടമില്ലാതിരുന്നതുകൊണ്ടു ഞാൻ പറഞ്ഞു. അവൾ അതിശയപൂർവ്വം എന്തോ ആലോചിച്ചുകൊണ്ടിരുന്നു.

ഞാൻ പഴയ രാത്രികളുടെ ഇരുളിലേക്കു വീണ്ടും ഒലിച്ചുപോയി.

നിങ്ങൾക്കു പരിചയമില്ലാത്ത ഒരു സ്ത്രീയുടെ പരിചിതമല്ലാത്ത നഗ്നശരീരം രാത്രിയുടെ നാലാംയാമത്തിൽ ഉറങ്ങിക്കിടക്കുന്ന നിങ്ങളിൽനിന്നു വേർപ്പെടുത്തപ്പെട്ടു. നിങ്ങളുടെ സുഹൃത്തിന്റെ ശരീരത്തിലേക്ക് അടുപ്പിക്കപ്പെടുന്നു. അവിടവിടെ നനവുള്ള മെത്തവിരിപ്പുകൾ. അടഞ്ഞ ജനാലകൾക്കുള്ളിൽ നട്ടുച്ചയ്ക്കും കത്തിനിൽക്കുന്ന ട്യൂബ്‌ലൈറ്റുകൾ. അവയ്ക്കു കീഴെ, വലിയ പ്ലാസ്റ്റിക് ജഗ്ഗുകൾക്കുള്ളിൽ ആഴ്ചകൾ പഴക്കമുള്ള പച്ചവെള്ളവും ചെരിഞ്ഞുറങ്ങുന്ന കുപ്പികൾക്കുള്ളിൽ രാത്രിപ്രാണികൾ ചത്തുമലച്ചുകിടക്കുന്ന മദ്യവും.

പൊട്ടിയ ഗ്ലാസ്സുകഷ്ണങ്ങൾക്കുമേൽ കാൽകൊണ്ടു കയറാതെ സൂക്ഷിച്ചുനടക്കുന്ന മദ്ധ്യവയസ്കകളുടെ നഗ്നങ്ങളായ നിതംബത്തിന്മേലുള്ള ചൊറിയുണങ്ങിയ പാടുകൾ. അവയിൽ വിരലോടിച്ചുകൊണ്ട് “നിനക്കു സിഫിലിസ്സുണ്ട്, അല്ലേ?” എന്ന സ്നേഹപൂർണ്ണമായ കുശലാന്വേഷണം. “ഇല്ല ഒരിക്കെ മറ്റേതു വന്നിരുന്നു. ഗൊണോറിയാ. അതപ്പോത്തന്നെ ഇഞ്ചക്ഷനെടുത്തു മാറ്റുകേം ചെയ്തു” എന്ന നിർവ്വികാരമായ മറുപടി.

“അതുകണ്ടോ?” അവൾ എന്തോ ചൂണ്ടിക്കാട്ടിച്ചോദിച്ചു.

“ഗൊണോറിയാ.” ഞാൻ അറിയാതെ പറഞ്ഞുപോയി.

അവൾ കോപത്തോടുകൂടി ചോദിച്ചു: “എന്താ പറഞ്ഞത്?”

“ഗൊണോറിയാ,” ഞാൻ ഒരു വിഡ്ഢിയെപ്പോലെ ആവർത്തിച്ചു.

“ഞാൻ പിണക്കമാണ്. എന്തിനേ ഈ ചീത്ത വാക്കുകളൊക്കെപ്പറയണത്?”

ഞാൻ അവളുടെ തോളിൽത്തട്ടി സമാധാനപ്പെടുത്തി. "സാരമില്ല, മറന്നുകള."

എപ്പോഴാണ് ഈ വികാരം എന്നിലുണ്ടായിവന്നത്? പ്രേമം എന്ന തൊലിപ്പുറം തൊട്ടുഴിയുന്ന വികാരത്തോട് വെറുപ്പു പ്രഖ്യാപിച്ചു നടന്നു ഞാൻ-

"പടം തീർന്നു" അവൾ പറഞ്ഞു.

ജനഗണമന പാടുന്നു. ഞാൻ അവളുടെ കൈ കടന്നെടുത്ത് വിരലു കളിൽ ചുംബിച്ചു.

"മതി." അവൾ എണീറ്റു. "കാല് അനങ്ങുന്നില്ല. കോച്ചിവലിഞ്ഞിട്ട്-"

ഞാൻ ചോദിച്ചു: തടവിത്തരണോ?

"വേണ്ടാ, വേണ്ടാ. അങ്ങനെയിപ്പോ സുഖിക്കണ്ട." പടികളിറങ്ങു മ്പോൾ അവൾ നാലുപുറവും നോക്കാതെ തല കുമ്പിട്ട് നടന്നിരുന്നു. ഞാൻ രണ്ടു മൂന്നു പടികൾക്കു പിന്നിലായി പോക്കറ്റിൽ കൈ തിരുകി ഇറങ്ങിപ്പോന്നു. അയ്യങ്കാരും കുടുംബവും എന്നെത്തന്നെ പകച്ചുനോക്കി. ഞാൻ സ്വാമിയുടെ മകളെ നോക്കി ഒരു കണ്ണടച്ചു. ഞെട്ടിക്കൊണ്ട് ആ കുടുംബം അകന്നുപോയി.

നവദമ്പതികൾ വെറുപ്പുകലർന്ന മുഖഭാവത്തോടെ എന്നെ നോക്കുന്നു. ഞാൻ മലർക്കെ ചിരിച്ചപ്പോൾ അവർ തലകുമ്പിട്ട് നടന്നുതുടങ്ങി.

റോഡിനെതിരെ അവളെ കാത്തു കാർ കിടന്നിരുന്നു. അവൾ ചെന്ന പ്പോൾ ഡ്രൈവർ ഉപചാരപൂർവ്വം ഡോർ തുറന്നുകൊടുത്തു. അവൾ പിൻസീറ്റിലിരുന്നു കഴിഞ്ഞപ്പോൾ ഡോറടഞ്ഞു. വലിയ വാഹനം അകന്നുപോകുമ്പോൾ ആ പെൺകുട്ടി അന്ധാളിപ്പോടെ എന്നെ അവിടെ യെങ്ങും തിരയുന്നതു കാണായി. കൈവീശാനാവും.

അവിടെയെങ്ങും കാണാതിരുന്നപ്പോൾ, കഴിഞ്ഞതെല്ലാം ഒരു സ്വപ്നം പോലെ തോന്നിപ്പോയി എന്നവൾ അടുത്ത കത്തിലെഴുതിയേക്കും നാളെ ത്തന്നെ.

ഞാൻ റോഡിലിറങ്ങി നടന്നു.

ആൾക്കാർ കുറവാണ്.

"ടാക്സി?" ഇരുട്ടിൽനിന്നാരോ ചോദിച്ചു.

മഴ ലേശമായി ചാറുവാൻ തുടങ്ങി.

"ഫ്രീയാണോ?" ഞാൻ ഇരുട്ടിനോടു ചോദിച്ചു.

ടാക്സിക്കാരൻ എന്തോ ചീത്ത പറഞ്ഞു.

പലതുമാലോചിച്ചുകൊണ്ട് മുന്നോട്ടു നടന്നു. ഒരു ചെറിയ ഹോട്ടൽ കണ്ടു. അകത്തു വിളക്കുണ്ട്. മഴ കുറേക്കൂടി ശക്തിയിലായി. ഞാൻ കടയ്ക്കുള്ളിലേക്കു കയറി നിന്നു.

"എന്തുവേണം?" ഒരു പയ്യൻ വന്നു.

"ഒന്നും വേണ്ടാ."

ഞാൻ ഒരു കസേര വലിച്ചുനീക്കിയിട്ടിരുന്നു. മൂലയിൽ മദ്യപിച്ചു ചുവന്ന കണ്ണുകളുമായി ഒരു ചെറുപ്പക്കാരൻ ഇരുന്നിരുന്നു. അയാൾ എന്നെ നോക്കി ചിരിച്ചു. ഞാൻ ചിരിച്ചു. അയാൾ ആടിക്കൊണ്ട്‌വിളിച്ചു പറഞ്ഞു: "അവിടെ ഇറച്ചികൊട്."

"അവിടെ ഒന്നും വേണ്ടാ." ആദ്യം വന്ന പയ്യൻ കടയുടെ മൂലയിലിരുന്നു കൊണ്ടു പറഞ്ഞു.

"വേണം." ഞാൻ ഉറക്കെ വിളിച്ചു: "ഇറച്ചിവേണം."

"കൊടുക്കെടാ." മദ്യപിച്ച ചെറുപ്പക്കാരൻ കോപത്തോടുകൂടി ചോദിച്ചു: "ഞാൻ പൈസ തന്നോളാമെന്നു പറഞ്ഞില്ലേ? ഇറച്ചി കൊട്."

പയ്യൻ എന്റെ അടുത്തുവന്ന് അലക്ഷ്യമായി പറഞ്ഞു: "ആടില്ല."

"മാടുണ്ടോ?"

"മാടുണ്ട്. ബീഫുണ്ട്."

"പത്തിരിയുണ്ടോ?" ഞാൻ ചോദിച്ചു.

"ഉവ്വ്."

"ഒരു പ്ലേറ്റ് മാട്. ഒരു പ്ലേറ്റ് പോർക്ക്." ഞാൻ ഓർഡർ കൊടുത്തു.

"തിന്ന്. കുടിച്ച്. സുഖിക്ക്." മദ്യപാനി വിളിച്ചുപറഞ്ഞു, അട്ടഹസിച്ചു ചിരിച്ചു: "സുഖിക്കെടാ."

"ചെയ്യാം." ഞാൻ ഏറ്റു പറഞ്ഞു.

ഹോട്ടലിൽനിന്നിറങ്ങുമ്പോൾ ഞാൻ അയാളോടു ചോദിച്ചു:

"പൈസാ കൊടുത്തോളുമോ?"

"ഞാൻ ഏറ്റാൽ ഏറ്റതാണ്." ചെറുപ്പക്കാരൻ ഒരു സുദീർഘമായ പ്രഭാഷണത്തിനു മുഖവുരയിട്ടു. "കേട്ടോ മിസ്റ്റർ-"

"ഗുഡ്" ഞാനിറങ്ങി നടന്നു.

റോഡ് നനഞ്ഞു കിടക്കുന്നു. മഴച്ചാറ്റൽ തുടരുന്നു. കഴിഞ്ഞതെല്ലാം ഓർത്തപ്പോൾ അടക്കാനാകാത്ത വിഷാദംതോന്നി.

റോഡിനപ്പുറം, താഴ്ചയിലുള്ള മരങ്ങൾക്കിടയിൽ മഴപെയ്യുന്ന ശബ്ദം അവ്യക്തമായി കേൾക്കാം.

ഒരു ഗാനം മനസ്സിലൂറിക്കൂടി.

"എല്ലാം കഴിഞ്ഞിരിക്കുന്നു.

തിയ്യതിപോലും നിശ്ചയിച്ചുറച്ചു.

ഒന്നും സംസാരിക്കാൻകൂടി സമയമില്ല.

പശ്ചാത്തപിക്കണമെങ്കിൽ, അതിനും വളരെ താമസിച്ചുപോയി."

ആരാണു പാടിയത്? ഓർക്കാൻ ശ്രമിച്ചു.

മൈക്കൽപ്രാറ്റ്? ബാർബറാ ക്യാംപ്ബെൽ? പോൾ അൻകാ? ജെറി ഗോഫിയാ?...

ഓർമ്മയില്ല, പേരുകൾ മനസ്സിലൂടെ കടന്നുപോകുന്നു.

ജാക്കെല്ലർ?... മോർട്ട് ഷൂമാൻ?...

ഗാനംവീണ്ടും അലകളായുയർന്നുപൊങ്ങി.

"ശരി."

ആകെ എനിക്കറിയിക്കാനുള്ളത് അഭിനന്ദനങ്ങളാണ്. എന്റെ ഹൃദയം തകർത്തതിന്- കൺഗ്രാജുലേഷൻസ്! പോപ് മ്യൂസിക്കിന്റെ വീചികൾ മനസ്സിൽനിന്നു മാഞ്ഞുമാഞ്ഞുപോയി. പകരം അവൾ പാടുന്നതു കാണായി. എന്റെ ചന്ദനസുന്ദരി.

"അവൾ നനഞ്ഞ കണ്ണുകളോടുകൂടി പാടുന്നു,
ക്ഷണക്കത്തുകളയയ്ക്കുമ്പോൾ,
എനിക്കൊരെണ്ണമയയ്ക്കരുതേ-"

എനിക്കു ദുഃഖം തോന്നി. പാവം കുട്ടി.

മഴ കുറേക്കൂടി ശക്തിയിൽ പെയ്തു. തലയ്ക്കുമീതെ മഴത്തുള്ളികൾ സുഖകരമായ ഒരു നനവോടെ പതിക്കുന്നു.

"ഇവയെല്ലാം ഇത്ര ഭംഗിയായി നിർവ്വഹിച്ചതിന്, നിങ്ങൾ കൈയ്യടി അർഹിക്കുന്നു."

കള്ളം പറയുന്ന കാര്യത്തിനാണെങ്കിൽ, ഇത്രയേറെ മധുരമായി അവയെല്ലാം പറഞ്ഞൊപ്പിച്ചതിന്, നിങ്ങൾക്കൊരു സമ്മാനം തരേണ്ടതാണ്. സമ്മാനത്തെക്കുറിച്ചോർത്തപ്പോൾ ഞാൻ പോക്കറ്റിൽ കയ്യിട്ടു. എന്തോ തടഞ്ഞു. അവൾ സമ്മാനിച്ച പകുതി കടിച്ച ചാമ്പയ്ക്കായ്.

വിവരമറിയുമ്പോൾ അവൾ പാടാൻ പോകുന്ന ഗാനം ഇതായിരിക്കുമോ?

ചാമ്പയ്ക്കായിൽനിന്നും ചന്ദനത്തിന്റെയും പരിരക്ഷിത സ്ത്രീചർമ്മത്തിന്റെയും കൂടിക്കലർന്ന ആവേശം കൊള്ളിക്കുന്ന സുഗന്ധമുയർന്നു. ഞാൻ പ്രസിദ്ധമായ ആ ഗാനം ചൂളമടിച്ചുകൊണ്ട് ഇരുട്ടിലൂടെ നടന്നു:

"നിങ്ങൾക്ക് ലഭിക്കുന്ന സമ്മാനങ്ങൾ നോക്കുമ്പോൾ, എന്റേതായി ഒന്നുമുണ്ടാവില്ല."

ആകെ ഒരു വെളുത്ത കാർഡുമാത്രം.

അതിൽ ആകെ എഴുതിയിരിക്കുന്നതോ?

"കൺഗ്രാജുലേഷൻസ്.

എന്റെ ഹൃദയം തകർത്തതിന്."

തെരുവുബൽബുകൾ, തകർത്തുപെയ്യുന്ന മഴയിൽ നാണമില്ലാതെ കത്തി നിൽക്കുന്നു. അസ്വാസ്ഥ്യം കൂടിവന്നപ്പോൾ അവയിലൊന്നിനു നേരെ അവൾതന്ന ചാമ്പക്കായ ഞാൻ വലിച്ചെറിഞ്ഞു. ■

അഗ്നിക്കുറി

എഴുപത്തിയെട്ടു വയസ്സായപ്പോൾ അവൻ മരിക്കാനായി കിടന്നു. അവന്റെ കിടപ്പിന്റെ ഉദ്ദേശ്യം വീട്ടുകാർക്ക് എളുപ്പംതന്നെ പിടികിട്ടിയതുകൊണ്ട്, കൊണ്ടുവയ്ക്കാറുള്ള പാലിന്റേയും കഞ്ഞിയുടേയും ക്രമം തെറ്റി. മലത്തിന്റെയും പഴകിയ മൂത്രത്തിന്റെയും ഗന്ധം അറയിൽനിന്നും ഉയർന്നുവന്നു. നനഞ്ഞ തുണികളാൽ അവിടമെങ്ങും നിറഞ്ഞു. "ഞാൻ മരിക്കാൻ പോവുകയാണ്" അവൻ ഇടയ്ക്കിടെ പറഞ്ഞുകൊണ്ടിരുന്നു.

അങ്ങനെ കുറേദിവസങ്ങൾക്കുശേഷം, ഒരിക്കൽ മരണം കടന്നുകയറുന്നതു കാണാൻ അവനു കഴിഞ്ഞു. പടിയടച്ചിരുന്നെങ്കിൽ മരണത്തെ തടയാമായിരുന്നു എന്നും തോന്നി.

മരണം അവനെ നോക്കിച്ചിരിച്ചു. ശുഭ്രഹൃദ്യമായ പുഞ്ചിരി. എന്നിട്ട് ചെറിയ കാലടിശബ്ദം ഉയർത്തിവിട്ടുകൊണ്ട് അവനെ ശ്രദ്ധിക്കാതെനടന്ന്, മുറിയുടെ, വെളിച്ചം അധികം വീഴാത്ത ഒരു കോണിൽപ്പോയിരുന്നു.

ഞാൻ മരിക്കാൻ പോവുന്നു. മരിച്ചാലെന്താ? എനിക്ക് എഴുപത്തിയെട്ടു വയസ്സായി. അതായത് എൺപതാകാൻ രണ്ടുവർഷംകൂടി മാത്രം. പിന്നെ എനിക്കു മരിച്ചാലെന്താ?

അവൻ കണ്ണടയ്ക്കാൻ തുടങ്ങുകയായിരുന്നു. പെട്ടെന്നു തന്റെ ശരീരത്തിൽനിന്നും അനുസ്യൂതമായി നീലനിറത്തിലുള്ള ഒരുതരം ആവി ഉയർന്നു പറക്കുന്നതായും വർഷങ്ങൾ ചടുപിടുന്നനെ കൺപോളകളിൽ തല്ലിക്കൊണ്ടു പിറകോട്ടുതിരിഞ്ഞ് ഒറ്റക്കാലിൽ ചുറ്റിയോടുന്നതായും അവൻ ദർശിക്കുന്നു. നഗ്നങ്ങളായ നിതംബങ്ങളും പരന്ന വയറുകളുമുള്ള വർഷങ്ങൾ. ചിലവ ഉരുണ്ടുവീർത്ത വയറിന്മേൽ മൃദുവായി താളം മുട്ടിക്കൊണ്ടു ഞരക്കത്തോടു കൂടി ഓടാൻ ശ്രമിച്ചു. ഒരായിരം ചുഴലികൾ തലയ്ക്കുള്ളിൽ കറങ്ങിക്കൊണ്ടിരുന്നു. എത്രയെത്ര വർഷങ്ങൾ!

ചുളിഞ്ഞ ചുക്കിയ മുഖവും നരച്ചു തുപ്പലൊട്ടിയ താടിരോമങ്ങളും മറയുകയും വെള്ളപ്പീലികൾ മറപിടിച്ചിരിക്കുന്ന തൊലിഞ്ഞ കണ്ണുകളുടെ തിളക്കം, നീരൊലിച്ചു പൊറ്റക്കെട്ടിയ മൂക്കിന്റെ പഴയ വിടവ്, എന്നിവ തിരിച്ചു കിട്ടുകയും ചെയ്തിരിക്കുന്നതായി അവനു മനസ്സിലായി.

ഇരുപതാണു പ്രായം.

അപ്പോൾ എത്ര ലക്ഷം ദിനരാത്രങ്ങൾക്കു ശേഷമാണെന്നറിയില്ല- വെളുത്തു തുടുത്ത മുഖവും മനോഹരമായ മൂക്കുമുള്ള അവൾ പറഞ്ഞു തുടങ്ങി.

അവൾ പറഞ്ഞതെന്താണ്; വൃദ്ധൻ ശ്രദ്ധിക്കുന്നു.

അടുത്ത മുറിയിൽ അവന്നിരുന്നാലോചിക്കുകയായിരുന്നു- വൃദ്ധന്റെ മകളുടെ മകൻ- നിരാശപറ്റിയ ചെറുപ്പക്കാരൻ.

അവന്റെ ഹൃദയം വിങ്ങി വിങ്ങി ഒരു നേർത്ത ശബ്ദത്തിൽ ഞരങ്ങിക്കൊണ്ട് അവനെത്തന്നെ നോക്കി കരഞ്ഞുകൊണ്ടിരുന്നു.

അവൻ ഹൃദയത്തെ സമാശ്വസിപ്പിച്ചു: ഒന്നും അർത്ഥമുള്ള കാര്യങ്ങളല്ല. മറ്റൊരു വിസർജ്ജ്യവസ്തു നിക്ഷേപിക്കാനായുള്ള മാംസ നിർമ്മിതമായ കുപ്പി മാത്രമാണ്...

മറ്റേതൊരു നിരാശനായ കാമുകനേയും പോലെ അവനും സ്ത്രീ എന്ന പ്രതിഭാസത്തെ നിർവചിക്കാൻ ശ്രമിക്കുകയായിരുന്നു.

ഇങ്ങേ മുറിയിൽ മരണം ഒരു സ്വർണ്ണനൂൽ എടുത്തു. തൂവെള്ള നിറത്തിലുള്ള ജീവിതത്തിന്റെ മണക്കുന്ന വലയിൽ വർഷങ്ങളുടെ സൂചിമുന മെല്ലെതാഴ്ത്തി കൊരുത്തുവലിച്ചു. സ്വർണ്ണനൂൽ ഒരു അഗ്നിക്കുറിപോലെ അതിന്മേൽ സൗന്ദര്യം ചമച്ചു. അതുകണ്ടു മരണം സന്തോഷചിത്തനായി. വൃദ്ധൻ പുളഞ്ഞു. അവൾ പറയുന്നതെന്താണ്? വ്യക്തമാകുന്നില്ല. വശ്യതയുടേയും ചതിയുടേയും കാര്യങ്ങളാവാം അവൾ പറയുന്നതെന്ന് അവനു വെറുതെ തോന്നി. ഒരുപക്ഷേ ആയില്ലെന്നും വരാം.

ബിസിനി എന്ന ഓമനപ്പേരിൽ വിളിക്കുന്ന വിശാലാക്ഷി എന്ന പതിനാറുകാരി അടുക്കളയുടെ വടക്കുപുറത്തുള്ള ചെറിയ മൂത്രപ്പുരയിൽ പാവാട തെറുത്തുകയറ്റിയിരുന്ന് ആ കത്തു വീണ്ടും വായിച്ചു. "എന്റെ രാജ നർത്തകീ" എന്ന സംബോധനയിൽ അവൾ കണ്ടെത്തിയ പുതുമ മറ്റാർക്കു കാണാനൊക്കും? രാജ്ഞിയല്ല, രാജകുമാരിയല്ല, രാജനർത്തകി.

ഒരുപക്ഷേ വെറുമൊരു നർത്തകിയുടെ സ്ഥാനം മാത്രമേ തനിക്ക് അദ്ദേഹം നൽകിയിട്ടുള്ളു എന്നുവരുമോ? വിവാഹം കഴിക്കാനൊന്നും ഉദ്ദേശ്യമില്ലെന്നാണോ? നർത്തകി. വെറും നർത്തകി.

ബിസിനിക്ക് കരയാൻ തോന്നി.

ഒന്നു ചുമച്ചു നിവർന്നിരുന്നുകൊണ്ടു സ്വർണ്ണനൂലകൾ അതിദ്രുതം ഓടിച്ചു. ഇടയ്ക്ക് അവനെ നോക്കി അനുതാപത്തോടെ ചിരിച്ചു. ശരിയാവുന്നുണ്ട്.

അവൻ കൂടുതൽ വിവശനായി. അൻപത്തിയെട്ടു വർഷങ്ങൾക്കുമുമ്പ് തന്റെയുള്ളിൽ കൊടുങ്കാറ്റുകൾ അഴിച്ചുവിട്ടവളാണ് അവൾ എന്നോർത്തു പൊടുന്നനെ തളർന്നു. അവളുടെ താടിയിൽ ഉണ്ടായിരുന്ന ചുവന്ന

മുഖമുള്ള ഒരു വെള്ളക്കുരുപോലും അവനു കാണായി. പിന്നീടു മറ്റാർക്കും വായാടിയായ, രണ്ടു വർഷങ്ങൾക്കുമുമ്പ് മരിച്ചുപോയ തന്റെ വൃത്തികെട്ട ഭാര്യയ്ക്കുപോലും പിടിച്ചെടുക്കാൻ കഴിയാതെയിരുന്ന തന്റെ ഹൃദയവും കൊണ്ട് ആരുമേതുമറിയാതെ കടന്നുകളഞ്ഞ അവളോട് അവന് സഹതാപവും തോന്നി.

അടുത്ത മുറിയിൽ ചെറുപ്പക്കാരൻ മേശപ്പുറത്തു തലയിട്ടുരുട്ടിക്കൊണ്ടു ചിന്തിക്കുന്നു. ഒരുപക്ഷേ അവൾ കൂടുതൽ വേദനിക്കുന്നുണ്ടാവും. ഇല്ലാതെ വരില്ല. പുരുഷനെ സംബന്ധിച്ചിടത്തോളം സ്ത്രീ എന്നതു ഭോഗത്തിന്റെ പരിസമാപ്തിയിലുള്ള ഒരു നിമിഷത്തിന്റെ ആവശ്യം മാത്രമാണ്. അതേസമയം സ്ത്രീക്കു പുരുഷൻ പ്രേമത്തിൽ ജനിച്ച് ഗർഭധാരണത്തിലൂടെ മുളപൊട്ടി പ്രസവത്തിലൂടെ വളർന്നു മുലയൂട്ടലിൽ മാത്രം സാഫല്യം പ്രാപിക്കുന്ന ചേഷ്ടാശൃംഖലകളുടെതന്നെ ഒരനുപേക്ഷണീയതയാണ്. ഒരു പ്രവാഹം. ഈ ഒഴുക്കു ശിഥിലപ്പെടുമ്പോൾ അനുഭവപ്പെട്ടേക്കാവുന്ന സ്ത്രീയുടെ അസ്വാസ്ഥ്യത്തെ എന്തിനോടുപമിക്കാം?

അവന് ഉത്തരം കിട്ടിവരികയായിരുന്നു.

ബിസിനി പിറുപിറുത്തുകൊണ്ട് മറയ്ക്കുള്ളിൽ നിന്നു പുറത്തുവന്നു. വലിയമ്മാമൻ ഒന്നു മരിച്ചിരുന്നെങ്കിൽ മതിയായിരുന്നു. എങ്കിൽ വിവാഹം നടക്കുമായിരുന്നു. പിന്നെമാത്രമേ എനിക്കൊരു സമാധാനമാവൂ. നശിച്ച വൃദ്ധൻ!

അവൾ കരയുന്നുണ്ടായിരുന്നു.

വലിയമ്മാമൻ പൂർത്തിയായ പൊൻവലയിലും അവളുടെ മാഞ്ഞുകൊണ്ടിരിക്കുന്ന വിശാലനേത്രങ്ങളിലേക്കും മാറി മാറി നോക്കിക്കൊണ്ടു മുരണ്ടു:

"മാപ്പ്... മാപ്പ്..."

അടുത്ത മുറിയിൽ ചെറുപ്പക്കാരൻ മേശപ്പുറത്തുനിന്നും നനഞ്ഞ കവിളുയർത്തി. അവന് ഉത്തരംകിട്ടി.

സ്ത്രീയുടെ ആ മോഹഭംഗവും, അവളെ അനുഭവിച്ചുകൊണ്ടിരിക്കെ, ഇടയ്ക്കുവെച്ച് അതു നിർത്തേണ്ടിവന്നാൽ പുരുഷനു തോന്നുന്ന അരിശവും ഒരേ അസ്വാസ്ഥ്യത്തിന്റെ രണ്ടു മുഖങ്ങൾ മാത്രമാണ്.

അർത്ഥശൂന്യമായ പ്രേമചാപല്യങ്ങൾ!

മരണം മെല്ലെ എഴുന്നേറ്റ് സ്വർണ്ണനൂലുകൾ ഇട്ടുതയ്ച്ച തൂവെള്ള വല അവന്റെ നേരെ എറിഞ്ഞു. പാദം മുതൽ തലമുടിനാരുവരെ മൂടത്തക്കവിധത്തിൽ വല വീഴുന്നതു കണ്ട് സന്തോഷംകൊണ്ടു.

■

മറ്റുള്ളവരുടെ വേനൽ

വേനലിന്റെ ചൂട്. നിരത്തിലൂടെ പറന്നുപോകുന്ന കാറ്റിൽ, കാറ്റിലെ പൊടിയിൽ, പൊടിയിലെ രോഗാണുക്കളിൽ, രോഗാണുക്കളിലെ വിഷ ബിന്ദുക്കളിൽ, വിത്തിലെ കാറ്റിൽ, കാറ്റിലെ പൊടിയിൽ ഒക്കെയും ചൂട്. കൊല്ലത്തിലെ ഏറ്റവും കൂടിയ ചൂട്. എനിക്കു സുഖക്കേടു വരാൻ പോകുന്നു. ചെറുപ്പക്കാരൻ ആലോചിച്ചു.

അയാളുടെ പേര് കുര്യൻ.

റോഡിന്റെ ഓരത്തുകൂടി, ഭൂമിക്കടിയിലൊളിച്ച്, അഴുക്ക് ഇഴഞ്ഞു പോയി. അതിനു മുകളിൽ കോൺക്രീറ്റു സ്ലാബുകൾ പരന്നു നിവർന്നു കിടക്കുന്നു. ഓരോ സ്ലാബിലും ഓരോ ചുവടുവച്ച് കുര്യൻ മുമ്പോട്ടു നടന്നു. അഴുക്കിനു മുകളിലൂടെ, അഴുക്കിനെ താണ്ടിക്കൊണ്ട്, ഞാൻ നടക്കുന്നു അയാൾ വിചാരിച്ചു.

പരസ്യം പതിക്കരുത് എന്നെഴുതിയതിനു കീഴെ നാണംകൊണ്ടു പുളഞ്ഞു കിടന്ന, സിനിമാനടിയുടെ ചിത്രം നാല്ക്കാലി തിന്നുകൊണ്ടി രുന്നു.

പഴക്കം ബാധിച്ച ചുവരുകൾ. പുതിയ വാൾപോസ്റ്ററുകൾ വരുന്നതും കാത്ത് ചുറ്റിനടക്കുന്ന നാല്ക്കാലികൾ. അവയെക്കുറിച്ചാലോചിക്കാൻ തുടങ്ങുമ്പോഴേക്കും, സൂര്യൻ ഒന്നുകൂടി കത്തിവീഴുകയും, കുര്യൻ ചൂടി നെക്കുറിച്ചു വീണ്ടും ബോധവാനാകുകയുംചെയ്തു. 'ഇരുപത്തിനാലാം വയസ്സിൽപോലും എനിക്ക് ഈ ചൂടു താങ്ങാനുള്ള കരുത്തില്ല. എനിക്കാ രോഗ്യമില്ല. എനിക്ക് ആയുസ്സില്ല.' അയാളെ ഉരുമ്മിക്കൊണ്ട് ഇരുനില ബസ്സുപോയി. 'ഞാൻ എവിടേക്കാണ് പോകുന്നത്?' കുര്യൻ അതി ശയിച്ചു! 'ഈ അഴുക്കുസ്ലാബുകൾ ചവിട്ടിത്തള്ളിക്കൊണ്ട് എവിടേക്ക്?'

അയാൾക്കറിയില്ലായിരുന്നു. റോഡ് ഉരുകിക്കിടന്നു. വെയിൽ റോഡി ലാകെ നനവുണ്ടാക്കി.

"എനിക്കെങ്ങും പോകാനില്ല. പ്രത്യേക ലക്ഷ്യമൊന്നുമില്ല. പ്രത്യേകിച്ച് ആരെയെങ്കിലും കാണണമെന്നുമില്ല. ആരും എന്നെ കാത്തിരിക്കുന്നില്ല. അതുകൊണ്ട് ഇടതുവശത്തുള്ള ഫോട്ടോസ്റ്റുഡിയോയ്ക്കുള്ളിലേക്കു

ഞാൻ കടന്നുപോകുന്നു. അവിടെ എയർകണ്ടീഷൻചെയ്ത വായു വുണ്ടാവും. ചൂടിൽനിന്ന് ഓടിക്കയറാൻ പറ്റിയ ഒരു സ്ഥലമാവുമത്." അയാളാ ഫോട്ടോസ്റ്റുഡിയോയ്ക്കുള്ളിൽ എത്തിക്കഴിഞ്ഞിരുന്നു.

സ്റ്റുഡിയോയ്ക്കുള്ളിൽ മിനുക്കുപണികൾ നടക്കുകയായിരുന്നു. വർഷാന്തജോലികൾ. ഇന്നലെവരെ പ്രദർശിപ്പിച്ചിരുന്ന ഫോട്ടോകളെല്ലാം ഇളക്കി പൊടിതുടച്ച് മൂലയിൽ ചാരിവച്ചിരിക്കുന്നു. ഭിത്തിക്കു പുതിയ നിറം. വാതിലുകൾക്കു പുതിയ കർട്ടനുകൾ. പുതിയ സന്ദർശകന് ഒരു പുതിയ അന്തരീക്ഷം.

ലക്ഷ്യം, ചുരുക്കത്തിൽ കബളിപ്പിക്കൽ.

കുര്യൻ കടന്നുചെല്ലുമ്പോൾ മാനേജർ കണക്കുപുസ്തകത്തിൽ നിന്നു തലയുയർത്തി അയാളെ നോക്കി, ചിരിക്കാതെ പരിചയം കാണിച്ചു. "ഗുഡ്മോർണിംഗ്" എന്നോ മറ്റോ പറഞ്ഞെന്നും തോന്നി. അവിടെ സാധാരണ ചെല്ലാറുള്ളവരിൽ ഒരാളായി കുര്യൻ.

"ഗോപനില്ലേ?" കുര്യൻ ചോദിച്ചു.

"അകത്തു ഫോട്ടോ എടുക്കാൻ ആരോ വന്നിട്ടുണ്ട്." മാനേജർ വീണ്ടും കണക്കുകളിലേക്കു മടങ്ങിപ്പോയി. കുര്യൻ കസേരയിലിരുന്നു. എതിരെയുള്ള കണ്ണാടിയിൽ, വിയർത്തൊലിച്ചു ക്ഷീണിച്ച മുഖം കണ്ടു. അവിടെ ചുളിവുകൾ വീണുതുടങ്ങിയിരുന്നു.

"എന്നെക്കണ്ടാൽ മുപ്പത്തിയഞ്ചുവയസ്സെങ്കിലും തോന്നും. ഉള്ളതി ലധികം പ്രായം തോന്നിക്കുന്നു. എന്റെ സൗന്ദര്യം നഷ്ടപ്പെട്ടിരിക്കുന്നു." കുര്യനു, തന്റെ വീട്ടിലുള്ള ഒരു ഫോട്ടോ ഓർമ്മവന്നു. തലനിറയെ മുടിച്ചുരുളുകളുള്ള, കമിഴ്ന്നുകിടക്കുന്ന ഒരു നഗ്നനായ ആൺകുട്ടി, കുര്യൻ.

അടഞ്ഞുകിടന്ന വാതിൽ തുറന്ന് ഒരു വൃദ്ധൻ കടന്നുവന്നു. ചൂടിൽ നിന്നു വന്ന വൃദ്ധൻ. അയാൾ വിയർപ്പു തുടച്ചുകൊണ്ട്, തോളിൽനിന്നു തോർത്തെടുത്തു വീശി. മാനേജർ ഒരിക്കൽ തലയുയർത്തി, വീണ്ടും ധ്യാനത്തിലായി. വൃദ്ധന് ഉടുപ്പുണ്ടായിരുന്നില്ല. ശരീരം കാവടിപോലെ വളഞ്ഞുനിന്നു. തൂങ്ങിവീഴുന്ന തോൽ. തോലില്ലാത്ത നഗ്നമായ കാൽപ്പത്തികൾ.

"നിങ്ങളാരാ? ഇവിടുത്തെ ആളാണോ" വൃദ്ധൻ ചോദിച്ചു.

"അല്ല." കുര്യൻ പറഞ്ഞു "അതാ ആ ഇരിക്കുന്ന ആളാണ് മാനേജർ." അയാൾക്കു ലജ്ജതോന്നി. താൻ ആരുമല്ല, എവിടേയും.

വൃദ്ധൻ മുഷിഞ്ഞ മുണ്ടുടുത്തിരുന്നു. കാലുകളുടെ അടി കറുത്തി രുന്നു. അവയുടെ കോണുകൾ വെടിച്ചു കീറിയിരുന്നു. തോളിൽ നാറുന്ന തോർത്തുമുണ്ടും. ചുണ്ടുകളുടെ കോണിൽ മുറുക്കാൻ ചണ്ടിയും,

കണ്ണിൽ പീളകളും. അയാൾ ക്ഷീണിച്ച ചുവടുകൾവച്ചു മാനേജരുടെ അടുത്തേക്കു നീങ്ങിത്തുടങ്ങി. കാലിൽ നിറയെ ആണിയുണ്ടാവും.

വൃദ്ധൻ തന്നെ കടന്നുപോകുമ്പോൾ, തന്റെ മൂക്കിലേക്കു, പൊളിഞ്ഞ തൊലിയുടേയും നരച്ച താടിരോമങ്ങളുടേയും അടർന്നുവീഴുന്ന വിയർപ്പു തുള്ളികളുടേയും പഴയ ഗന്ധം അടിച്ചുകയറുന്നുണ്ടെന്നു കുര്യനു തോന്നി.

“എന്താ?” മാനേജർ ചോദിച്ചു.

വൃദ്ധൻ കൈനീട്ടി കാണിച്ചു.

“ഒരു തെണ്ടി” കുര്യൻ വിചാരിച്ചു.

“ഇല്ല, ഒന്നുമില്ല.” കണ്ണട നേരെയാക്കിക്കൊണ്ട്, മദ്ധ്യവയസ്കനായ മാനേജർ, കൈവീശി കാണിച്ചു.

“അയാൾക്കു കണ്ണു കാണില്ല.”ചെറുപ്പക്കാരൻ, കുര്യൻ, വിചാരിച്ചു. പ്രായം കൂടുന്തോറും അവഗണനയും ഏറിവരുന്നു. എന്നെത്തന്നെ മുമ്പ് എല്ലാവർക്കും ഇഷ്ടമായിരുന്നു. ഇപ്പോൾ ഇരുപത്തിനാലു വയസ്സായി. വൃദ്ധനായി എന്നെ ആർക്കും ഇഷ്ടമല്ല! അയാൾക്കു വിഷാദം തോന്നി.

മാനേജർ പെട്ടെന്ന് അസ്വസ്ഥനാവുന്ന മട്ടുകാരനാണ്. അയാൾക്കു യാചകരെ വെറുപ്പാണ്. പോകാൻ പറഞ്ഞിട്ടും പോയില്ലെങ്കിൽ, അയാൾ ഒന്നുരണ്ടു പ്രാവശ്യംകൂടി അതുതന്നെ ആവർത്തിക്കും. എന്നിട്ടും വരുന്നയാൾക്ക് പോകാൻ ഭാവമില്ലെങ്കിൽ, കുനിഞ്ഞിരുന്ന് രജിസ്റ്ററുകൾക്കിടയിൽ, തുപ്പൽ നനഞ്ഞ വിരലുകൾ കടത്തി, പരിസരം മറക്കും. ഇത്തവണയും അതെല്ലാംതന്നെ ഉണ്ടായിരിക്കുന്നു. കുര്യൻ കരുതി. ഗോപൻ കാണാതിരിക്കട്ടെ. അയാൾ ആശിച്ചു: “ഗോപൻ കണ്ടാൽ മുതുക്കനെ ഇപ്പോൾ ഓടിക്കും. മാനേജരെയും വഴക്കു പറയും.”

ഗോപൻ സ്റ്റുഡിയോയുടെ ഉടമസ്ഥനും പ്രസിദ്ധനായ ഫോട്ടോ ഗ്രാഫറും ആയിരുന്നു. തന്റെ സുഹൃത്ത്. അതുകൊണ്ട് സ്റ്റുഡിയോയുടെ ഡോർ തുറന്നു പുറത്തു വന്നയുടനെ ഗുഡ്മോർണിംഗ് പറഞ്ഞു. കുര്യന്റെ അടുത്തുചെന്ന് അണഞ്ഞുകൊണ്ടിരിക്കുന്ന വാതിലിലൂടെ അകത്തു വേഷം കെട്ടുന്ന ചെറുപ്പക്കാരനെയും അയാളുടെ നവവധുവിനെയും കണ്ടു. കോട്ടും ടൈയും ഇട്ടില്ലെങ്കിൽ കല്യാണഫോട്ടോയ്ക്ക് ഗൗരവം വരില്ലല്ലോ. “കല്യാണഫോട്ടോ എന്നൊരു സിനിമ ഉണ്ടായിരുന്നു”– കുര്യൻ വിചാരിച്ചു.

“ഇപ്പോൾ വെയിലത്ത് എവിടെനിന്നാണ്?” ഗോപൻ അയാളുടെ തോളിൽ തട്ടി ചോദിച്ചു.

“വെറുതെ അങ്ങിനെ നടന്നു; എയർകണ്ടീഷൻസ്റ്റുഡിയോ കണ്ടപ്പോൾ പാഞ്ഞുകയറി.” കുര്യൻ, ഒരു ഫലിതം പറഞ്ഞിട്ടെന്നതുപോലെ

പൊട്ടിച്ചിരിച്ചു. അയാളുടെ ഉള്ളിൽ ദുഃഖം ആളിപ്പടർന്നു. വേനലുകളും മഴമേഘങ്ങളും മഴ കോരിപ്പൊട്ടിയ ഒരു സന്ധ്യയ്ക്ക് രാത്രി കടന്നുവരുന്നതു ഭയപ്പാടോടെ കണ്ടുകൊണ്ട് ലക്കിടിയിലോ മറ്റോ ഉള്ള അപരിചിതമായ ഒരു വിടുതിവീടിന്റെ വരാന്തയിൽ വിറച്ചുവിറച്ചുനിന്നത് പെട്ടെന്നോർമ്മ വന്നു. കുന്നിൻ പള്ളകളിൽ നിന്ന് വെള്ളം ഒലിച്ചുചാടി. താഴെക്കൂടി പുഴ വീർത്തൊഴുകി. സന്ധ്യവരുന്നു. ദൈവമേ, എനിക്കീ സ്ഥലവും പരിചയമില്ല, റെയിൽവേ സ്റ്റേഷനിലേക്കു പോകാനുള്ള വഴിയും അറിയില്ല. മനസ്സിനെ പിടിച്ചു നിലയ്ക്കു നിർത്താൻ തുടങ്ങിയപ്പോൾ, വീണ്ടും പിറകിലൊരിക്കൽ, മുറ്റത്താകെ സമുദ്രം പെയ്തു വീഴുമ്പോൾ വീടിന്റെ ഭിത്തിയുടെ മൂലയിൽ, ഓലപ്പായ വളച്ചുവച്ച്, മഴയുടെ ശബ്ദം കേൾക്കുന്ന ഏകനും ദുഃഖിതനുമായിരുന്ന കൊച്ചുകുട്ടിയുടെ, തന്റെ, മുഖം കണ്ടു. അയാൾ ചിരിച്ചു.

"എനിക്കന്നു സംഗീതം എന്തിഷ്ടമായിരുന്നു!"

അയാൾ കൗതുകത്തോടെ ചിന്തിച്ചു. "വീട്ടിൽ ഒരു സ്വനഗ്രാഹിപ്പെട്ടിയുണ്ടായിരുന്നു. അമ്മ എപ്പോഴും പാട്ടു കേട്ടിരുന്നു, പാടിയിരുന്നു."

"ഇവിടെ ധർമ്മംകൊടക്കണ സ്ഥലമല്ല." മാനേജർ പറഞ്ഞു.

ഹായ്! ഗോപനെ കണ്ടതിന്റെ വാശി! കുര്യൻ കരുതി. അയാൾക്കു മാനേജരോടു ബഹുമാനം തോന്നി.

"ഏ?" വൃദ്ധൻ ചെവികൂർപ്പിച്ചു ചോദിച്ചു.

"അയാൾക്കു ചെവിയും കേൾക്കില്ല." കുര്യൻ മനസ്സിലാക്കി.

"ഇവിടെ ധർമ്മംകൊടുക്കലില്ലാന്ന്." മാനേജർ പറഞ്ഞു.

"പോ, പോ അമ്മാച്ചാ." ഗോപൻ പറഞ്ഞു.

"കഷ്ടം. പാവം കിളവൻ. അഞ്ചുപൈസയെങ്കിലും, കൈയിലുണ്ടായിരുന്നെങ്കിൽ കുര്യൻ ആശിച്ചു."

"ഏ?" വൃദ്ധൻ വീണ്ടും തലമുമ്പോട്ടുതള്ളി ചോദിച്ചു.

"കഥയെഴുത്തൊക്കെ എങ്ങിനെ നടക്കുന്നു?" ഗോപൻ ചോദിച്ചു.

"ഇവിടം പടമെടുക്കണ സ്ഥലാണ്." മാനേജർ പറഞ്ഞു.

"ഒരുവിധത്തിലൊക്കെ അങ്ങിനെ." കുര്യൻ അസഹ്യമായ വല്ലായ്മയോടെ മുഖം തിരിച്ചു. അയാൾക്ക് ഒരിക്കലും പറഞ്ഞു കേൾക്കാൻ ഇഷ്ടമില്ലാത്ത, അയാളുടെ ഒരു ദുശ്ശീലത്തെക്കുറിച്ച് ഗോപൻ ഇപ്പോഴെന്തിനു സംസാരിക്കുന്നു എന്നയാൾ അദ്ഭുതപ്പെട്ടു.

"ഇവിടെ ദേ നോക്കൂ, ധർമ്മംകൊടുക്കണ സ്ഥലമല്ല. ഫോട്ടോവില്ലേ, ഫോട്ടോ?–"

"ഓ–" വൃദ്ധൻ കൈകൂപ്പി തലയാട്ടി.

"ആ അതെടുക്കണ സ്ഥലമാണ്." മാനേജർ പറഞ്ഞു.

"പോണം അമ്മാച്ചാ," ഗോപൻ പറഞ്ഞു.

ഗോപൻ ഭയക്കുന്നത്, കുര്യൻ മനസ്സിൽ പറഞ്ഞു, ഈ കിളവൻ ഇങ്ങനെ നിൽക്കുന്നതു ബിസിനസ്സിനെ ബാധിച്ചേക്കുമോ എന്നായിരിക്കും.

"എനിക്കു കാശുകളൊന്നും വേണ്ട." വൃദ്ധൻ പറഞ്ഞു: "എനിക്കൊരു പടം പിടിച്ചു തന്നാൽ മതി."

"ആരുടെ?" മാനേജർ തിരക്കി.

"എന്റെ. എന്തരാണ്? എന്റെ തന്നെ." വൃദ്ധൻ നെഞ്ചിൽ ചൂണ്ടി പറഞ്ഞു.

"ഹ! ഹ!" ഗോപൻ പൊട്ടിച്ചിരിച്ചു.

"മൂപ്പിലെ മോശമല്ലല്ലോ."

"ഹ! ഹ!" കുര്യൻ ഒപ്പം ചിരിച്ചു. അയാളുടെ ഉള്ളിൽ അച്ഛന്റെ ക്ഷീണിച്ച രൂപം, കട്ടിൽപ്പടിയിലെ തലയിണയിൽ ചാരിയിരുന്ന അയാളുടെതന്നെ, മെലിഞ്ഞ, കുറേക്കൂടി പ്രായം കുറഞ്ഞ രൂപം തെളിഞ്ഞുവന്നു. കണ്ണുനീർ വീണ്, അയാളുടെ ഹൃദയം നനഞ്ഞു കൊണ്ടിരുന്നു. അച്ഛൻ മരിച്ചിട്ട് ഇപ്പോൾ കൊല്ലം മൂന്നോ നാലോ? അയാൾ ആലോചിച്ചു.

"എന്റെ ഒരു പടം പിടിച്ചുതരണം," വൃദ്ധൻ ആവശ്യപ്പെട്ടു.

"പിന്നൊരുദിവസം വാ. ഇന്നിവിടം, റീപ്പെയിന്റ് ചെയ്തുകൊണ്ടിരിക്കുകയാണ്, കേട്ടോ." ഗോപൻ പറഞ്ഞു:

"ഓ" വൃദ്ധൻ അതൊന്നും കേൾക്കാതെ മൂളി. എന്നിട്ടു തന്റെ ക്ഷീണിച്ച സ്വരത്തിൽ, നിർത്തിനിർത്തി പറഞ്ഞു:

"ദൈവത്തെയോർത്ത്, എന്റെയൊരു പടം എടുത്തു തരണം."

"ഈ കെളവനോടു പറഞ്ഞാൽ മനസ്സിലാവൂല്ല" ഗോപൻ നവദമ്പതികളുടെ ഫോട്ടോ എടുക്കാൻവേണ്ടി സ്റ്റുഡിയോയ്ക്കുള്ളിലേക്കു കയറിപ്പോയി.

മാനേജർ കൈവിരൽ നക്കി, ഫയൽ മറിച്ചുതുടങ്ങി.

വൃദ്ധൻ, തന്നെയാരും ശ്രദ്ധിക്കുന്നില്ലെന്നു കണ്ടപ്പോൾ, കുര്യന്റെ നേരെ നടന്നുചെന്നു അടുത്തുനിന്ന്, കണ്ണുചിമ്മിനോക്കി.

"അമ്മാച്ചന്റെ സ്ഥലം എവിടെയാ?" കുര്യൻ ചോദിച്ചു:

"പാലോട്ട്. നെടുമങ്ങാട് കഴിഞ്ഞു പോണം."

"ഇവിടെ എന്തിനാ വന്നത്?"

“വെറുതെ ഇങ്ങുപോന്നതാ.”

“ഫോട്ടോ എന്തിനാ?”

“ഫോട്ടോ എന്തരിനാണ്?”

“എനിക്കുവേണം.”

“എങ്കിലും എന്തിനാണെന്നു കേൾക്കട്ടെ.”

“നിങ്ങളൊക്കെ എന്തരിനാണ് ഫോട്ടോ എടുപ്പിക്കുന്നെ?” വൃദ്ധൻ അധികാരപൂർവ്വം ചോദിച്ചു. അയാളുടെ സ്വരത്തിൽ ഒരു വഴക്കിന്റെ ചുവയുണ്ടായിരുന്നു. “അതിനുതന്ന്യാ ഞാനും എടുക്കുന്നേ.”

“ഞങ്ങൾ... ഞങ്ങൾ...” കുര്യന് ഉത്തരം കിട്ടിയില്ല. അയാൾക്ക് തർക്കങ്ങളിൽ തോല്ക്കാൻ ഇഷ്ടമുണ്ടായിരുന്നില്ല. നാലുപുറവും നോക്കി ആരും ശ്രദ്ധിക്കുന്നില്ലെന്നു മനസ്സിലായപ്പോൾ അയാൾ പതുക്കെ പറഞ്ഞു:

“ഞങ്ങളൊക്കെ ഫോട്ടോ എടുക്കുന്നെങ്കി, വല്ല പത്രത്തിലും അടിക്കാനായിരിക്കും.”

“ആന്നോ? എന്നാ ഞാനും അതിനുതന്നാന്നു വിചാരിച്ചോ.”

“ങേ?” കുര്യൻ ഞെട്ടി. തന്റെ ഉള്ളു കീറാൻ പോകുന്നു. അടിയിലെവിടെയോ പൂഴ്ത്തിവച്ചിരിക്കുന്ന തന്റെ ശരിയായ ഹൃദയം ഇതാ ശവം പോലെ പൊങ്ങിവരാൻ പോകുന്നു.

“അമ്മാച്ചൻ എന്തിനാ പടം അടിക്കുന്നെ?”

“ചാവുമ്പം,” വൃദ്ധൻ പറഞ്ഞു. “ഇത്രേം കാലം ജീവിച്ചുകിടന്നിട്ട് ഒരൊറ്റപ്പടോം എടുക്കാൻ ഒത്തില്ല. ചത്തുകഴിഞ്ഞ്, ഞാനെങ്ങനാ ഇരുന്നേന്ന് ആർക്കെങ്കിലും കാണണ്ടിയോ?”

ആ ഉത്തരംതന്നെയാണു കുര്യൻ പ്രതീക്ഷിച്ചത്. എങ്കിലും അതിത്രപെട്ടെന്ന്, ഒരു വെള്ളിടിപോലെ വന്നുകളയുമെന്നു കരുതിയതേയില്ല. വൃദ്ധൻ മരിക്കുന്നതിനെക്കുറിച്ചു എന്തു ലാഘവത്തോടെയാണു സംസാരിച്ചത്. ഇരുപത്തിനാലുവർഷത്തെ ബന്ധം മാത്രം ഭൂമിയുമായുള്ള തനിക്ക് ഇവിടം വിട്ടുപോകാൻ എന്തു പേടിയാണ്. അറുപതോ എഴുപതോ വർഷങ്ങൾ ഭൂമിയിൽ ഉറച്ചുനിന്ന ഈ മുരുക്കുമരം തന്റെ വേരുകൾ കടപുഴകുന്നതിനെക്കുറിച്ച് എന്തു നിസ്സാരമായി സംസാരിക്കുന്നു.

“അമ്മാച്ചന്റെ വീട്ടിലാരൊക്കെയുണ്ട്?” കുര്യൻ സാന്ത്വനപൂർവ്വം ചോദിച്ചു. അയാൾക്കു വൃദ്ധന്റെ ഒരു ഫോട്ടോ എടുപ്പിച്ചു കൊടുക്കണമെന്നുണ്ടായിരുന്നു. പക്ഷേ, എന്തുചെയ്യാൻ? സുഹൃത്താണെന്നുവച്ച്, ഗോപനു പണംകൊടുക്കാതെ പറ്റില്ലല്ലോ.

പണം. എവിടെ പണം? അയാൾക്ക് അപരിചിതമായ ഒരു ലോകം, ചളിവെള്ളത്തിൽ ഉരുണ്ടുകളിക്കുന്ന ഹിപ്പൊപ്പൊട്ടാമസ്സിനെപ്പോലെ, ഭീതിയുടെ അഴുക്കുകയങ്ങളിൽ തിങ്ങിമറിഞ്ഞു.

"ഏ?" വൃദ്ധൻ ചോദിച്ചു.

"വീട്ടിലേ, ആരൊക്കെയുണ്ട്?"

"വോ, അതൊന്നും പറയേണ്ടപ്പീ. എല്ലാരും ഒണ്ടാരുന്നു, ഇപ്പം എല്ലാരും അവനവന്റെ കാര്യം നോക്കിപ്പോയി. ഞാൻ മാത്രം... ഞാൻ മാത്രം..." വൃദ്ധൻ കണ്ണുതുടച്ചു.

പൊട്ടിച്ചിരി ഇടയിൽവെച്ചു കടന്നുവന്നാൽ ഞെട്ടിപ്പോകും. കതകു തുറന്നു പുറത്തേക്കു വന്ന, തിളങ്ങുന്ന നവവധുവിന്റെ പൊട്ടിച്ചിരിയുടെ മദ്ധ്യഭാഗം കേട്ട് കുര്യൻ ഞെട്ടിവിറച്ചു. തന്റെ പ്രാകൃതമായ വേഷങ്ങളിലേക്ക് നവവധു തുറിച്ചുനോക്കുന്നത് കണ്ടപ്പോൾ അയാൾക്ക് ലജ്ജയുണ്ടായി. "വധു" അയാൾ അതിശയിച്ചു: "അങ്ങിനെയും ഒരു പദം നിലനിൽക്കുന്നു."

ഗോപൻ പെട്ടെന്ന്, വൃദ്ധന്റെ പുറത്തു പിടിച്ച്, പുറത്തേക്കു നടത്തിക്കൊണ്ടു പറഞ്ഞു: "അമ്മാച്ചനിപ്പം ചെല്ല്. എന്നിട്ട് ഇനിയൊരിക്കലു വാ. ഇന്നു ഫോട്ടോയെടുപ്പില്ലെന്നു പറഞ്ഞാൽ അതെന്താ അങ്ങോട്ടു മനസ്സിലാകാത്തെ?"

ഗോപന്റെ കൈയിലെ മസിലുകൾ ബലപ്പെട്ടു നിൽക്കുന്നതു കുര്യൻ കണ്ടുപിടിച്ചു. അയാൾക്കു വേദന തോന്നി.

വൃദ്ധൻ മുറിക്കുള്ളിൽതന്നെ നിൽക്കാൻ വൃഥാ ശ്രമം നടത്തി. 'അയാൾ വേനലിനെ ഭയപ്പെടുന്നു' കുര്യനു തോന്നി. "വേനലിലേക്കു വീണ്ടും പോകാൻ അയാളും ഇഷ്ടപ്പെടുന്നില്ല." വൃദ്ധൻ പറഞ്ഞുകൊണ്ടിരുന്നു: "ഇനിയൊരിക്കെ, എനിക്കു വരാൻ പറ്റിയില്ലെങ്കിലോ? ഞാനങ്ങു ചത്തുപോയാലോ?" അയാളുടെ കാലുകൾ സ്റ്റുഡിയോയുടെ തറയിലൂടെ ഉരഞ്ഞു നീങ്ങിക്കൊണ്ടിരുന്നു.

"വരാനൊക്കെപ്പറ്റും. അമ്മാച്ചനിപ്പമൊന്നും ചാവില്ല. ഇപ്പം പോ." ഗോപൻ, സമാധാനിപ്പിക്കുന്ന മട്ടിൽ പറഞ്ഞു.

"ഞാൻ പാലോട്ടാ. ഇവിടെ വല്ലപ്പോഴുമേ വരത്തൊള്ളൂ."

"ങാ അങ്ങനെ വരുമ്പഴാകട്ടെ." ഗോപൻ അയാളെ പുറത്താക്കിയിട്ടു മുറിക്കുള്ളിലേക്കു മടങ്ങിവന്നു. "ഓരോ ശല്യങ്ങൾ!"

കോട്ടിന്റേയും ടൈയുടേയും അടിയിൽ വീർപ്പുമുട്ടിക്കൊണ്ട്, നവവരൻ പറഞ്ഞു: "വാസ്തവം! വീട്ടിലാണെങ്കിൽത്തന്നെ ഇരുത്തുകയില്ല. പിന്നെ ഇവിടുത്തെയൊക്കെ കാര്യം ഊഹിക്കാമല്ലൊ."

എല്ലാവരും ഒരുമിച്ച് ഒരു കാര്യം ചെയ്തു: പൊട്ടിച്ചിരിച്ചു.

"ചന്ദ്രാ!" ഗോപൻ സ്റ്റുഡിയോബോയിയെ വിളിച്ചു. "ഒരു നാല് ഐസിട്ട നാരങ്ങാവെള്ളം."

"വേണ്ട." കുര്യൻ പറഞ്ഞു. "എനിക്കു വേണ്ട."

അയാൾക്കു നേരത്തേ കണ്ട വൃദ്ധനെ മറക്കാൻ കഴിഞ്ഞില്ല. വരണ്ട തൊണ്ടയും പൊള്ളുന്ന തലയുമായി വേനലിന്റെ ഇരയാകാൻ ഇറങ്ങിപ്പോയ അച്ഛൻ. അയാൾക്കു നാരങ്ങാവെള്ളത്തോടു വെറുപ്പു തോന്നി. അതു വിറ്റു കാശാക്കുന്ന കടക്കാരനോടും ലോകത്തെങ്ങുമുള്ള നാരക ത്തോട്ടങ്ങളോടും വെറുപ്പുതോന്നി. എല്ലാവർക്കും വേനൽ, ചിലർക്കു മാത്രം നാരങ്ങാവെള്ളം.

"എന്താ? ഐസ്ക്രീം വരുത്തിയാലോ?" ഗോപൻ അയാളുടെ അടുത്തേക്കു നീങ്ങിനിന്നു.

"എനിക്ക് അത്യാവശ്യമായിട്ട് ഒരിടംവരെ പോകാനുണ്ട്. മൂന്നു നാരങ്ങാവെള്ളം മതി ചന്ദ്രാ," അയാൾ പറഞ്ഞു.

"എവിടേക്കാണ്?"

"വന്നിട്ടു പറയാം." അയാൾ എഴുന്നേറ്റ്, തിളയ്ക്കുന്ന റോഡിലേ ക്കിറങ്ങി. വന്നിട്ടു പറയാൻ പറ്റില്ല, സൗകര്യപ്പെടില്ല. അയാൾ പിറു പിറുത്തു: "ഞാനിറങ്ങിപ്പോന്നത് ആ കിഴവനെ കണ്ടുപിടിക്കാൻ വേണ്ടിയാണ്, കണ്ടുപിടിച്ചു കടംവാങ്ങിയെങ്കിലും, ഐസിട്ട നാരങ്ങാ വെള്ളം വാങ്ങിക്കൊടുക്കും. പാസ്പോർട്ടുസൈസ് ഫോട്ടോ എടു പ്പിച്ചുകൊടുക്കും. ഞങ്ങൾ രണ്ടാളുംകൂടി ഒന്നിച്ചിരുന്നു പടമെടുക്കും. എന്നിട്ടു ഗോപാ, അതിന്റെ ഒരു കോപ്പി, നിന്റെയൊക്കെ മുമ്പിൽ കൊണ്ടുവന്നെറിയും."

പക്ഷേ, കിഴവനെവിടെ? അയാളെ കാണാതെ ഓരോ നിമിഷം കഴിയുംതോറും, തനിക്കു ദുഃഖം ഏറിവരുന്നതായി കുര്യനു തോന്നി.

ലോകം, ഉരുകിത്തിളച്ചുകിടക്കുന്ന ഒരു വക്ഷോജം. അതിലൂടെ, രക്തധമനികളിലൂടെ അദൃശ്യരായി ഒഴുകിപ്പോകുന്ന രോഗാണുക്കൾ. മനുഷ്യരും വേനലിന്റെ ചൂടും എങ്ങും പൊട്ടിയൊലിച്ചുകിടന്നു, പഴുപ്പു പോലെ.

തലയിൽനിന്നാരംഭിക്കുന്ന ചൂട്, ആയിരം ദ്വാരങ്ങളിലൂടെ ശരീരത്തിൽ കീഴോട്ടൊഴുകിക്കൊണ്ടിരുന്നു.

"മനുഷ്യൻ ഒരു അരിപ്പയാണ്." കുര്യൻ ആലോചിച്ചു. "വിജ്ഞാ നവും വെയിലും തലയിൽനിന്നാരംഭിക്കുന്നു. കീഴോട്ട്. മണൽപ്പരപ്പു വരെ."

"ഇപ്പോൾ കിഴവന്റെ ഗതിയെന്താവും?" കുര്യൻ ഭയപ്പെട്ടു. "പാവം വൃദ്ധൻ. തലയിൽ രോമംപോലുമില്ല."

“അല്ലെങ്കിൽ” അയാളോർത്തു. “മറ്റുള്ളവരുടെ വേനലിനെക്കുറിച്ച് ഞാൻ ഓർക്കുന്നതെന്തിന്?”

റോഡിലൂടെ കൊടികൾ പോയി. ഘോഷയാത്രകൾ, പ്രതിഷേധ ജാഥകൾ, പോക്കറ്റടിക്കാർ, ഉദ്യോഗസ്ഥന്മാർ, കാമുകിമാർ, വിശന്ന വേശ്യകൾ... കുര്യൻ അവരുടെയൊക്കെ വെയിലിനെക്കുറിച്ചോർത്തു. ദുഃഖം തോന്നി.

മറ്റുള്ളവരുടെ വേനൽ– അതൊരു ശാപം. പാപം. ഭാരം.

അതു തലയിലേറ്റി നടക്കാൻ തുടങ്ങുന്നവൻ നശിക്കുന്നു.

രാജശേഖരന്റെ കഞ്ചാവുകടയുടെ മുന്നിൽ ഒരു പയ്യൻ കാവൽ കിടപ്പുണ്ട്. കുര്യൻ ഓർത്തു. പരിചയമില്ലാത്തവരോ, എക്സൈസുകാരോ ആയ ആരെങ്കിലും കടയടച്ചു കിടന്നുറങ്ങുന്ന രാജശേഖരനെ വിളിച്ചുണർത്താൻ വന്നാൽ പയ്യന്റെ കോഡുവിളി: “അണ്ണോ.” അപ്പോഴുത്തരം സാധനമില്ല എന്നായിരിക്കും. സ്ഥിരം പറ്റുപടിക്കാരായ നഗരത്തിലെ ബുദ്ധിജീവികൾ വരുമ്പോൾ പയ്യന്റെ വിളി: “ശേഖരണ്ണോ....”

പയ്യൻ രാജശേഖരന്റെ വേനൽ തന്റെ തലയിലെടുക്കുന്നു. അവൻ നശിക്കും.

മുത്തുത്താണ്ഡവൻ.

മുത്തുത്താണ്ഡവന്റെ താമസം പ്രസവാസ്പത്രിക്കു പുറത്ത്. പ്രസവിച്ച്, ഓമനക്കുട്ടനെയും ഇട്ടിട്ട്, പുറത്തുചാടുന്ന ജനനിയെ മതിലിനു പുറത്തുകൂടി ചുമന്നിറക്കി കമ്മീഷൻ വാങ്ങി, അതുകൊണ്ട് കഞ്ചാവും പട്ടയും അടിച്ചു കഴിയുന്ന മുത്തുത്താണ്ഡവൻ, വാസ്തവത്തിൽ പെഴച്ച പെണ്ണിന്റെ വേനൽ ഏറ്റുവാങ്ങുകയല്ലേ ചെയ്യുന്നത്? പക്ഷേ–

വേനൽ മറ്റുള്ളവന്റെയാകുമ്പോൾ, അതു കണ്ടു രസിച്ചുനിൽക്കുന്നവൻ, ജീവിതത്തിൽ വിജയിക്കുന്നു.

തിരക്കുകുറഞ്ഞ, അതുകാരണം നിഴലുകൾ കുറഞ്ഞ റോഡ്. നിഴലില്ലാത്തതുകൊണ്ട് ആദ്യനോട്ടത്തിൽ വെയിലുണ്ടെന്നേ തോന്നുകയില്ല.

“ഒരു സിഫിലിറ്റിക് വേശ്യയെപ്പോലെ...” കുര്യൻ വിചാരിച്ചു. “വെയിൽ.”

കവലകളിൽ വെയിൽ മാത്രം കണ്ടു. അവിടെനിന്ന് പാതകൾ ചരിഞ്ഞു പോവുന്നു.

“എവിടെപ്പോയി?” കുര്യൻ ശൂന്യമായ റോഡുകളിലേക്കു നോക്കിക്കൊണ്ടു നടന്നു. “പാലോട്ടുകാരൻ ആരോരുമില്ലാത്ത ഒരു കിളവൻ, ഇതു വഴി ദുഃഖിച്ചുനടക്കുന്നതു കണ്ടോ എന്നു വിളിച്ചു ചോദിച്ചാൽ, ആളുകൾ എനിക്കും ഭ്രാന്താണെന്നു പറഞ്ഞുകൊള്ളും.”

അയാൾ വെറുതേ നടന്നുപോയി. ഉയരമുള്ള മതിലുകളുടെ ഓരം ചേർന്ന് അയാൾ ക്ഷീണിച്ച കാലുകൾ ഇളക്കി നടന്നു. ക്രമേണ അയാൾ വേനലിനെക്കുറിച്ചും വെയിലിനെക്കുറിച്ചും എല്ലാം മറന്നു. മനസ് ശൂന്യത മാത്രമായി മാറി.

അയാൾ ചെന്നെത്തിയത്, റെയിൽപ്പാതകൾക്കു മുകളിലൂടെ കടന്നു പോകുന്ന പാലത്തിലാണ്. പാലത്തിന്റെ കൈവരികളിൽ ചാരിനിന്ന്, ചൂടേറ്റു വാങ്ങുമ്പോൾ, ദൂരെനിന്ന് ട്രെയിൻ ചൂളംകുത്തിവരുന്നതു കണ്ടു. തീവണ്ടി അതിന്റെ യാത്ര ആരംഭിച്ചിട്ടേ ഉണ്ടായിരുന്നുള്ളു. അതുകൊണ്ട്, കട്ടികൂടിയപുക, കമിഴ്ത്തിയെറിഞ്ഞ കരിക്കട്ടകൾപോലെ പുറത്തേക്കു ചാടി, ആകാശം നിറച്ചുകൊണ്ടിരുന്നു.

കുര്യൻ ആ പുകയുടെ കോട്ടയിലേക്കു നോക്കിനിന്നു. 'എന്തൊരു ഭംഗി.' അയൾ എല്ലാം മറന്ന്, അതിൽ ലീനനായിപ്പോകും. 'ഈ പുക യുടെ കൊട്ടാരത്തിൽനിന്ന് ഇപ്പോൾ ഒരു വെളുത്ത പ്രാവ് പറന്നു പൊങ്ങി യിരുന്നെങ്കിൽ!'

അതേ നിമിഷത്തിൽത്തന്നെ, തന്റെ ആഗ്രഹം ഒരിക്കലും നടക്കാൻ പോവുന്നില്ലെന്നും അയാൾക്കു തോന്നി. ∎

പാതയിലെ കാറ്റ്

ഞാനും ചേച്ചിയുംകൂടി പാതയിൽ നടക്കുകയായിരുന്നു. പ്രഭാതത്തിന്റെ കാറ്റ് അവസാനിച്ചിരുന്നില്ല. നല്ല തണുത്ത കാറ്റ്. അതിൽപ്പെട്ട് ചേച്ചിയുടെ സ്കർട്ട് ഇടയ്ക്കിടെ പറന്നുകൊണ്ടിരുന്നു. ചേച്ചി അസ്വസ്ഥതയുടെ ശബ്ദങ്ങളോടെ കാറ്റിൽനിന്നു കാലുകളെ മറയ്ക്കാൻ ബദ്ധപ്പെടുന്നുമുണ്ടായിരുന്നു.

എനിക്കു ദേഷ്യം കൂടിക്കൊണ്ടിരുന്നു, എത്രനേരമായുള്ള അലച്ചിലാണിത്. ഒരുദ്ദേശ്യവും ലക്ഷ്യവുമില്ലാതെയുള്ള ചുറ്റിനടക്കൽ. ലൈബ്രറിയിൽ പോകാനെന്നു പറഞ്ഞാണ് വീട്ടിൽ നിന്നിറങ്ങിയത്. ലൈബ്രറിയിൽ പോവുകയും പുതിയ പുസ്തകങ്ങളെടുക്കുകയും ചെയ്തു കഴിഞ്ഞു. എന്നിട്ടു നേരെ വീട്ടിൽ പോകാനുള്ളതിനു പകരം ചുറ്റി നടക്കുക. ആദ്യം കായൽക്കരയിലെ ബോട്ടുജട്ടിയിൽ പോയിനിന്ന്, കുറേ സമയം കളഞ്ഞു. ഒരൊറ്റ ബോട്ടുമാത്രമേ ഉണ്ടായിരുന്നുള്ളു. അതു യാത്രക്കാരെയും കയറ്റിപോയി. അലകൾ വിടർത്തി, മായ്ച്ചുകൊണ്ട് ബോട്ട് ദൂരെപ്പോയി മറയുന്നതുവരെ ഞാനതുതന്നെ നോക്കിനിന്നു. ബോട്ട് പോയപ്പോൾ ചേച്ചിയുടെ മുഖത്തേക്കു നോക്കി. അവളുടെ കണ്ണുകൾ നിറഞ്ഞിരിക്കുന്നതു കണ്ടു. എന്താണെന്നറിയില്ല, ഈയിടെയായി ചിലപ്പോഴൊക്കെ ചേച്ചി കരയുന്നതു കാണാറുണ്ട്.

ഞാൻ പറഞ്ഞു: "നമുക്കു വീട്ടിൽ പോകാം." ചേച്ചി ഞെട്ടുന്നതു കണ്ടു. കണ്ണുകൾ ചിമ്മിത്തുറന്നുകൊണ്ടു ചോദിച്ചു: "ടൈമെന്തായി?" എന്നിട്ടു വാച്ചിൽ നോക്കി "പതിനൊന്ന് പതിനഞ്ച്" എന്നു പിറുപിറുത്തു.

ഞാൻ ആവശ്യം ആവർത്തിച്ചപ്പോൾ ചേച്ചി സാന്ത്വനപ്പെടുത്തി: "പോകാം വിനുക്കുട്ടാ."

"പിന്നെയെന്തിനാ ഇവിടെയിങ്ങനെ നിൽക്കുന്നത്?" ഞാൻ ചോദിച്ചു.

"ഒന്നിനുമല്ല. വരൂ നമുക്കു വെറുതെ ചുറ്റാം, ഇപ്പോഴേ വീട്ടിൽ ചെന്നാൽ ബോറടിയാവും."

തിരികെ നടക്കുമ്പോൾ, ചേച്ചി വീണ്ടും വാച്ചിൽ നോക്കുന്നതു കണ്ടു.

മൈതാനം ചുറ്റിപ്പോകുന്ന റോഡിൽ അങ്ങിങ്ങായി പശുക്കൾ കിടന്നിരുന്നു. ഞങ്ങൾ കടന്നുപോയപ്പോൾ, ഗോലി കളിച്ചുകൊണ്ടിരുന്ന തെണ്ടിപ്പിള്ളേർ കമന്റടിച്ചു.

എനിക്ക് ദേഷ്യമുണ്ട്. ഇപ്പറയുന്നതൊന്നും എനിക്കു മനസ്സിലാവില്ല എന്നു വിചാരിക്കുന്നുണ്ടോ? എനിക്കെല്ലാം മനസ്സിലാവുന്നുണ്ട്.

മരങ്ങളുടെ ചുവട്ടിലുള്ള ചെറിയ വളവിൽ എത്തിയപ്പോൾ ചേച്ചി പറഞ്ഞു: "വിനുക്കുട്ടാ, നമുക്കിവിടെ ഒരല്പം നിൽക്കാം."

"എന്തിന്?" എനിക്ക് ആ നിർദ്ദേശം തീരെ ഇഷ്ടപ്പെട്ടില്ല. ഇവിടെയിങ്ങനെ നിന്നിട്ടു എന്തു കിട്ടാൻ? കാണാൻ ഒറ്റയൊരാൾ പോലുമില്ല. ശൂന്യമായ റോഡിൽ, ഇലകളും സിനിമാനോട്ടീസുകളും മാത്രം പറന്നു നടക്കുന്നുണ്ട്. ഇവിടെ എന്തിന് നിൽക്കുന്നു?

"വെറുതെ."ചേച്ചി പറഞ്ഞു. "ഇവിടെ നല്ല കാറ്റുണ്ട്. നടന്ന ക്ഷീണമെല്ലാം മാറും. ഒരഞ്ചുമിനിട്ട് ഇവിടെ നിൽക്കാം."

ചേച്ചി വീണ്ടും വാച്ചുനോക്കി പാതയുടെ വളവിൽപ്പോയിനിന്ന്, അങ്ങേയറ്റത്തേക്കു നോക്കി.

"എനിക്ക് വിശക്കുന്നു." ഞാൻ പറഞ്ഞു.

"എന്റെ മോനല്ലേ? ഒരഞ്ചുമിനിട്ടു നിൽക്കൂ, എന്നിട്ട് നമുക്ക് കോഫി ഹൗസിൽപ്പോയി എന്തെങ്കിലും കഴിക്കാം..."

പാതയുടെ അങ്ങേയറ്റത്തുനിന്നു ഒരു സ്കൂട്ടർ വരുന്നതു കണ്ടു. സ്കൂട്ടറിലിരുന്നിരുന്ന, മെലിഞ്ഞ സുന്ദരനായ മനുഷ്യൻ ചേച്ചിയെത്തന്നെ സൂക്ഷിച്ചുനോക്കുന്നു. അടുത്തെത്തിയപ്പോഴാണ്, അയാളുടെ ചുണ്ടുകളുടെ കോണിലെവിടെയോ ഒരു നേർത്ത പുഞ്ചിരി ഒതുങ്ങി നിൽപ്പുണ്ടെന്ന കാര്യം ഞാൻ ശ്രദ്ധിച്ചത്.

ഞാൻ ചേച്ചിയെ നോക്കി. ചേച്ചി അയാളെ ശ്രദ്ധിക്കുന്നതുകൂടിയില്ല. കുനിഞ്ഞു നിലത്തേക്കുതന്നെ നോക്കി നിൽക്കുകയാണ്.

എനിക്ക് എന്തിനാണെന്നറിയില്ല, നേരിയ ആശ്വാസം തോന്നി.

സ്ക്കൂട്ടർ വളരെ അടുത്തുവന്നു. സ്പീഡുകുറച്ച് അയാൾ ബ്രേക്കിട്ടു.

ചേച്ചി തലയുയർത്തി അയാളുടെ മുഖത്തേക്കുനോക്കി. പുഞ്ചിരിയോ സന്തോഷമോ ഒന്നുമില്ലാതെതന്നെ അവൾ അയാളുടെ മുഖത്തു വളരെ നേരം ദൃഷ്ടിയുറപ്പിച്ചുനിന്നു.

"ഹലോ മോളി" അയാളുടെ സ്വരം മൃദുത്വമുള്ളതായിരുന്നു. ഒരു പരമരഹസ്യത്തിന്റെ സുഖമുള്ള സ്വരം.

"ഹലോ" ചേച്ചി പറഞ്ഞു:

"ഞാൻ ലേറ്റാണോ?"

ചേച്ചി അതിനു മറുപടി പറഞ്ഞില്ല. കുനിഞ്ഞു നോക്കുകയാണെങ്കിലും ഇടയ്ക്കിടെ ഒളികണ്ണിട്ട് എന്റെ മുഖത്തേക്കും നോക്കുന്നുണ്ടെന്ന് എനിക്കു തോന്നി.

“പിണങ്ങിയോ?” അയാൾ ചെറുതായി ചിരിച്ചു; കാണാനിമ്പമുള്ള ചിരി. ചിരിക്കുമ്പോൾ, കണ്ണുകൾ അല്പം ചെറുതാകുന്നതുപോലെ-

“ഉവ്വ്” ചേച്ചി ഭയപ്പാടോടെ എന്നെ നോക്കി. എന്നിട്ട് അയാളുടെ നേരെ മുഖമുയർത്തി വിഷാദംമുഴങ്ങുന്ന ശബ്ദത്തിൽ ആവർത്തിച്ചു “ഉവ്വ്.”

അയാൾ സ്ക്കൂട്ടറിൽനിന്നിറങ്ങി. വണ്ടിയുരുട്ടി തണലിലേക്കു നീക്കി, സ്റ്റാൻഡിൽ കയറ്റിനിർത്തി. അപ്പോഴാണെന്നു തോന്നുന്നു, അയാൾ എന്നെ ശരിക്കും കണ്ടത്. തന്റെ മാസ്മരശക്തിയുള്ള ചിരിയുമായി, എന്റെ നേരെ നോക്കി അയാൾ ചോദിച്ചു. “അനിയനാണ് അല്ലേ മോളീ?”

ഞാൻ പെട്ടെന്ന് അയാളുടെ മുഖത്തുനിന്നു നോട്ടം പിൻവലിച്ചു. എനിക്ക് എന്തുകൊണ്ടോ വലിയ നാണം തോന്നി.

“അതെ.” ചേച്ചി മറുപടി പറഞ്ഞു.

“എന്താണു നിന്റെ പേര്?”

“ഞാൻ കുനിഞ്ഞുനിന്നതല്ലാതെ ഉത്തരമൊന്നും പറഞ്ഞില്ല. ലജ്ജ മൂലം എനിക്കു നാവനങ്ങിയില്ല.”

“പേരു പറയില്ല, അല്ലേ?”

ചേച്ചി ശബ്ദമടക്കി ചിരിക്കുന്നതു കേട്ടു.

“ശരി, എങ്കിൽ വേണ്ടാ, ഞാൻ പറയാം.” ഒരുനിമിഷം ആലോചിച്ചുനിന്നിട്ട് അയാൾ പറഞ്ഞു. “പറയാൻ പോകുന്നു. കേട്ടോളൂ. അനിയന്റെ പേര്-വിനു.”

ഞാൻ ഞെട്ടിപ്പോയി. ഇതെങ്ങനെ അറിഞ്ഞു എന്ന മട്ടിൽ അയാളുടെ മുഖത്തേക്കു നോക്കി. പുഞ്ചിരിച്ചുകൊണ്ട് അയാൾ പറഞ്ഞു:

“എനിക്കു മന്ത്രമുണ്ട്. ഈ ലോകത്തുള്ള എല്ലാവരുടെയും പേരുകൾ എനിക്കറിയാം. ഓർത്തെടുക്കാൻ ഒരു മിനിട്ടു വേണമെന്നുമാത്രം.”

എനിക്കു കൂടുതൽ ബഹുമാനം തോന്നി. അയാളുടെ വശ്യതയാർന്ന കണ്ണുകളിലേക്ക് അങ്ങനെ നോക്കിനിൽക്കുമ്പോൾ, ഉള്ളിൽ ആരാധന വളർന്നുകൊണ്ടിരിക്കുകയാണെന്നു മനസ്സിലായി.

“വിനുക്കുട്ടൻ ഏതു ക്ലാസ്സിൽ പഠിക്കുന്നു?”

എനിക്കുവേണ്ടി ചേച്ചി ഉത്തരം പറഞ്ഞു: “ഫിഫ്ത്ത് സ്റ്റാൻഡേർഡിൽ. അല്ലേ മോനേ?”

ഞാനൊന്നും പറയാൻ പോയില്ല. ഞാൻ ഒരപരിചിതനാണെന്നും മുമ്പു കണ്ടിട്ടില്ലാത്ത രണ്ടു വ്യക്തികളുടെയിടയിൽ എങ്ങനെയോ വന്നുപെട്ടിരിക്കുകയാണെന്നും എനിക്കു തോന്നി.

“എന്താണ് വിനുക്കുട്ടൻ ആകെ പിണങ്ങിനിൽക്കുന്നത്?”

“ഒന്നുമില്ല” ചേച്ചി പറഞ്ഞു. “അവനു നടക്കാൻ വയ്യത്രേ.”

“മോളിക്കു നടക്കാമോ?” അയാൾ ചോദിച്ചു. ചേച്ചി ഉത്തരമൊന്നും പറയാതെ കണ്ടപ്പോൾ അയാൾ പറഞ്ഞു: “ഒരാഴ്ചകൂടി കഴിഞ്ഞാൽ പിന്നെ നടക്കേണ്ടിവരുകയേയില്ലല്ലോ. കാറിലാവില്ലേ സഞ്ചാരം?”

അയാൾ ചിരിച്ചു. ചേച്ചി ചിരിച്ചില്ല. കണ്ണുകൾ വീണ്ടും നിറയുന്നതു കണ്ടു.

കുറച്ച് നേരത്തേക്ക് അയാളൊന്നും മിണ്ടിയില്ല. പിന്നീടു സ്വരം മാറ്റി, ശബ്ദമടക്കി അയാൾ മന്ത്രിച്ചു: “കരയല്ലേ.”

ചേച്ചി കർച്ചീഫെടുത്ത് കണ്ണുതുടച്ചു. പിന്നീട് അതിലേക്കു മൂക്കു ചീറ്റി. എന്നിട്ട്, ഗദ്ഗദത്തിന്റെ ഛായയുള്ള ശബ്ദത്തിൽ പറഞ്ഞു:

“ഞനെന്തിനു കരയണം?”

അയാളും കരയാൻപോവുകയാണോ എന്നു ഞാൻ ഭയപ്പെട്ടു. കാരണം, ഒരൊറ്റ നിമിഷംകൊണ്ട് ആ മുഖത്തു കണ്ടിരുന്ന സന്തോഷം അപ്പാടെ മാഞ്ഞുപോയി. അപ്പോഴാണു ഞാൻ ആ കണ്ണുകൾ ശ്രദ്ധിച്ചത്.

നീണ്ട് വിരിഞ്ഞ കണ്ണുകൾ, മഷിയുടെ കറുപ്പ്, ദീർഘങ്ങളായ പുരികങ്ങൾ, നടുവിൽ നല്ലൊരു വിടവ് അവശേഷിപ്പിച്ചുകൊണ്ട് രണ്ടു ഭാഗത്തേക്കും നിവർന്നുകിടക്കുന്നു.

അയാളുടെ കണ്ണുകളിൽ ദുഃഖം കണ്ടു. കണ്ണുനീർ വരുന്നുണ്ടോ എന്നുപോലും എനിക്കു സംശയം തോന്നി. സംസാരിച്ചപ്പോൾ സ്വരം പതറിയിരുന്നു.

“മോളീ.”

“ഓ!”ചേച്ചി വിളികേട്ടു.

“മോളീ!”

“ഓ.”

അയാൾ പിന്നീടൊന്നും പറഞ്ഞില്ല. തലയ്ക്കുമുകളിലെ മരക്കൊമ്പിൽ വന്നുവീഴുന്ന സൂര്യരശ്മികളിലേക്കു നോക്കിനിന്ന് ദീർഘനിശ്വാസം വിടുന്നതു കേട്ടു.

“കഴിഞ്ഞതെല്ലാം മറക്കൂ.”

“ഒരു പെണ്ണിന് ഒന്നും മറക്കാൻ പറ്റില്ല. മറവിയെല്ലാം നിങ്ങൾക്ക്.”

എനിക്കു ചേച്ചിയോട് അമർഷം തോന്നി. സുന്ദരനായ ഒരു ചെറുപ്പക്കാരനോട് ഇങ്ങനെയൊക്കെ പറയാൻ എങ്ങനെ കഴിയുന്നു.

അയാൾ എന്നെ നോക്കി. ഞാൻ പെട്ടെന്നു തല കുനിച്ചുകളഞ്ഞു. ആ മുഖത്തേക്ക്, ആ കണ്ണുകളിലേക്ക്, നേരേ നോക്കാൻ സാധിക്കുകയില്ല.

കത്തിനിൽക്കുന്ന സൂര്യനെ നോക്കുന്നതുപോലെ തോന്നിപ്പോവുന്നു. ശരീരമാകെ തളരുന്നതുപോലെ. അയാൾ ചോദിക്കുന്നതു കേട്ടു:

"മോളിക്കെന്നോടു ദേഷ്യമുണ്ടോ?"

ചേച്ചി ഉത്തരമൊന്നും പറഞ്ഞില്ല.

കാറ്റ് കൂടുതൽ ശക്തമായിക്കൊണ്ടിരുന്നു. ഈ തണുപ്പുകാറ്റ്. ഇത് ഉറക്കം വരുത്തുന്നു, ആലസ്യം വളർത്തുന്നു. ചുണ്ടുകളിൽ മൊളിയുണ്ടാക്കുന്നു.

തലയുയർത്തി അയാളുടെ നേരെ നോക്കി. കാറ്റടിച്ചു നെറ്റിയിലേക്കു വീണ ഒരു മുടിച്ചുരുൾ ചെറുതായി വിറയ്ക്കുന്നു.

എന്തു നല്ല മുടി! ഞാൻ അദ്ഭുതത്തോടെ ഓർത്തു. ഒരു പുരുഷനിലും ഇത്ര നല്ല തലമുടി ഞാൻ കണ്ടിട്ടില്ല. അലസമായി കോതിയിട്ടിരുന്ന മുടിയിഴകളിൽ ചിലവ സൂര്യപ്രകാശമേറ്റു തിളങ്ങുന്നതു കണ്ടു.

അയാൾ ചേച്ചിയോടു കുറേക്കൂടി അടുത്തു നിന്നുകൊണ്ട് ചോദിച്ചു: "വിവാഹത്തിന്റെ ഏർപ്പാടെല്ലാം കഴിഞ്ഞോ?"

ചേച്ചി ഒന്നും മിണ്ടിയില്ല.

"കുവൈറ്റിൽ എത്തിയാലും എന്നെ ഓർക്കുമല്ലോ?"

ഒന്നും മിണ്ടിയില്ല.

"എഴുതുമോ."

ഉത്തരമുണ്ടായില്ല.

"കോളേജിൽനിന്ന് വേറെയാരെയൊക്കെ ക്ഷണിച്ചിട്ടുണ്ട്."

ആരെയുമില്ല എന്ന അർത്ഥത്തിൽ ചേച്ചി തലയാട്ടി.

"എന്നെ ക്ഷണിക്കുന്നില്ലേ?"

ചേച്ചി പെട്ടെന്നു തലയുയർത്തി അയാളുടെ നേരെ നോക്കി. അപ്പോൾ ഞാൻ കണ്ടു. കണ്ണുനീർക്കണത്തിൽ സൂര്യകിരണം വന്നു വീഴുന്നു.

"എന്തിനു ക്ഷണിക്കണം?" ചേച്ചി ചോദിച്ചു: "നമ്മൾ തമ്മിൽ ബന്ധമൊന്നുമില്ലല്ലോ. ഒരദ്ധ്യാപകനും വിദ്യാർത്ഥിനിയുമായുള്ള ബന്ധം മാത്രമായിരുന്നെന്നല്ലേ ഞാൻ കരുതേണ്ടത്?" അയാൾ ഉത്തരം ഒന്നും പറഞ്ഞില്ല. ചേച്ചി ശബ്ദം താഴ്ത്തി, പറഞ്ഞുകൊണ്ടിരുന്നു:

"ഇന്നു ഞാനിവിടെ വരരുതായിരുന്നു. ജീവിതത്തിലേക്ക് ഒരിക്കൽ പോലും ക്ഷണിക്കാത്ത ഒരാൾ, പാതയിലേക്കു ക്ഷണിച്ചയുടൻ ഞാൻ ഓടിവന്നിരിക്കുന്നു അല്ലേ?"

അയാൾ കൃത്രിമമായി പൊട്ടിച്ചിരിച്ചു. അയാൾക്ക് ദുഃഖമുണ്ടെന്നും ദുഃഖം പൊതിയാനുള്ള ഒരു ഭംഗിയുള്ള കടലാസ്സു മാത്രമാണ് ശബ്ദം മുഴക്കിയുള്ള ആ ചിരിയെന്നും എനിക്കു തോന്നി.

ഒപ്പംതന്നെ ഞാൻ വേറൊന്നുകൂടി ശ്രദ്ധിച്ചു. അയാളുടെ പല്ലുകളുടെ ഭംഗി. നിരയൊത്ത, ആകൃതിയൊത്ത, വെണ്മയുള്ള ദന്തനിര. എന്റെ ഉള്ളിൽ എന്തൊക്കെയോ ചലനങ്ങൾ നടക്കുന്നതായും, അയാളോട് എങ്ങനെയെന്ന് നിശ്ചയമില്ലാത്ത ഒരടുപ്പം തോന്നുന്നതായും ഞാൻ ഭയപ്പെട്ടു.

ഞാൻ ഒരു പെൺകുട്ടിയാകുന്നു. എനിക്കു തോന്നി, അപരിചിതനായ ഈ ചെറുപ്പക്കാരൻ എന്റെ കാമുകനും.

ആ ചിന്തയുടെ മുളപൊട്ടിയ ഉടൻ എനിക്ക് എന്നോടുതന്നെ വെറുപ്പുണ്ടായി. എന്തു വിഡ്ഢി! സ്വന്തം ചേച്ചിയുമായി പ്രേമത്തിന്റെ ഭാഷയിൽ സംസാരിക്കുന്ന ഒരു ചെറുപ്പക്കാരനെക്കുറിച്ച്–

സ്റ്റാന്റിൽ കയറ്റിവച്ചിരുന്ന സ്കൂട്ടറിന്മേൽ മുകളിൽനിന്ന് ഏതോ പക്ഷിയുടെ കാഷ്ഠം വന്നുവീണ് ചിതറി. മരത്തിന്റെ ഒരു കായ നിലത്തു വീണ്, കുരു തെറിച്ചു.

ആരും അവയെപ്പറ്റിയൊന്നും മിണ്ടിയില്ല. ഞങ്ങൾ മൂന്നുപേർക്കും ചുറ്റുമായി അദൃശ്യമായ ഏതോ മുള്ളുവേലികൾ ചുറ്റിച്ചുറ്റി നിൽക്കുന്നതായും, ഞങ്ങൾക്കാർക്കും അതു മറികടന്ന് പുറത്തേക്കു പോകാൻ സാധിക്കില്ലെന്നും എനിക്കു തോന്നി. അദൃശ്യങ്ങളായ നൂലുകൾകൊണ്ട് അജ്ഞാതങ്ങളായ വിരലുകൾ ഞങ്ങളെ തമ്മിൽ പരസ്പരം ബന്ധിച്ചിരിക്കുന്നു.

"ഞാൻ പോകുന്നു." ചേച്ചി പറഞ്ഞു.

"അതെനിക്കറിയാം." അയാളുടെ സ്വരം വിറയാർന്നതായിരുന്നു.

"മോളി പോകുന്നു, എന്നെ വിട്ട്. എന്റെ ഹൃദയത്തെ തനിയെ വിട്ട്."

"അയ്യോ അതല്ല ഞാൻ പറഞ്ഞത്." ചേച്ചിയുടെ സാന്ത്വനം നിറഞ്ഞ ശബ്ദം.

"കോഫിഹൗസിലേക്കു പോകുന്നു എന്നാണ് ഞാൻ പറഞ്ഞത്. വിനുക്കുട്ടന് വിശപ്പുണ്ട്."

വാസ്തവത്തിൽ ഞാൻ വിശപ്പിന്റെ കാര്യംതന്നെ മറന്നുകഴിഞ്ഞിരുന്നു. എന്റെ മനസ്സും ശരീരവും എല്ലാം ഈ യുവാവ് അപഹരിച്ചെടുത്തിരിക്കുന്നതായി എനിക്കു തോന്നി. "വാ, വിനുക്കുട്ടാ." അയാൾ എന്റെ കൈകളിൽ പെട്ടെന്നു കടന്നുപിടിച്ചുകൊണ്ടു പറഞ്ഞു: "നമുക്ക് വേറെ ഏതെങ്കിലും ഹോട്ടലിലേക്കുപോവാം. ഈ ചേച്ചിക്ക് നമ്മുടെ കൂടെ വരാൻ പേടിയാണ്."

"പേടിയൊന്നുമില്ല." ചേച്ചി പറഞ്ഞു: "ഹോട്ടലിൽ എന്തിനാണു പോവുന്നത്?"

"സ്വൈരമായി കുറെയൊന്നു സംസാരിക്കാൻ. ഇഷ്ടമുണ്ടെങ്കിൽ മാത്രം വന്നാൽ മതി."

ചേച്ചി എന്തോ ആലോചിക്കുന്നതുകണ്ടു. പിന്നെ പറഞ്ഞു: "അയ്യോ വേണ്ട."

"എന്നെ വിശ്വാസമില്ല."

"വിശ്വാസമാണ്."

"അല്ലെന്നെനിക്കറിയാം."

"അതെ."

"എങ്കിൽ വരൂ."

അരണ്ട പ്രകാശമുള്ള ഹോട്ടൽമുറിയിലിരിക്കുമ്പോഴും ഞാൻ എന്നെ ത്തന്നെ ശാസിച്ചുകൊണ്ടിരുന്നു.

വിനോദ്, നീ ഒരു വിഡ്ഢിയാണ്. നിന്റെ ചേച്ചിയും അവളുടെ കാമു കനുംകൂടി നിന്റെ മുന്നിൽവച്ച് പ്രേമത്തിന്റെ ഭാഷയിൽ സംസാരിക്കുന്നു. നിന്റെ സഹോദരിയോട്, നിന്റെ മുന്നിൽവച്ച് ഇങ്ങിനെയൊക്കെപ്പറയാൻ ധൈര്യപ്പെടുന്ന മനുഷ്യനെ നീ എന്തുകൊണ്ട് തടയുന്നില്ല, ചെറുക്കു ന്നില്ല?

തടയാനും ചെറുക്കാനും എനിക്കു കഴിവില്ലായിരുന്നു. കാരണം, ഞാൻ തളർന്നുകഴിഞ്ഞിരുന്നു. അയാളുടെ കാലുകൾ എന്റെ കാലിന്മേൽ മുട്ടിയുരുമ്മിയിരുന്നു, ഞാൻ ഒരു വലിയ രോമാഞ്ചത്തിൽപ്പെട്ടുപോയി രുന്നു. നേരത്തെ സ്ട്രീറ്റിൽവച്ച് പറന്നുപതിച്ചിരുന്ന ഉണക്കയിലകളിൽ ഒന്നായി മാറിയിരുന്നു ഞാൻ. നിലത്തുവീഴുന്ന എന്നെയും എടുത്തു കൊണ്ട് വീണ്ടും പറന്നുയരുന്ന തണുത്ത കാറ്റ് അയാളും.

മേശപ്പുറത്ത് ഞങ്ങൾക്കു കഴിക്കാനുള്ള പ്ലേറ്റുകൾ വന്നു നിരന്നിരുന്നു. എന്നാൽ മൂന്നാളും അവയുടെ നേരെ നോക്കുകപോലും ചെയ്തില്ല.

ഐസ്‌വാട്ടറും കൊണ്ടുവന്ന വെയിറ്ററോട് അയാൾ പറഞ്ഞു: "ഒരു പ്ലേറ്റ് അടുത്ത മുറിയിലേക്കു വച്ചോളൂ."

വെയിറ്റർ പ്ലേറ്റുമെടുത്തു പുറത്തേക്കിറങ്ങിയപ്പോൾ ചേച്ചി ചോദിച്ചു: "അതെന്തിനാണ്?"

"എനിക്കു മറ്റൊരാളുടെ മുന്നിൽവച്ച് ഒന്നും കഴിക്കാൻ പറ്റില്ല. അതി നുവേണ്ടിയല്ലേ വന്നയുടൻ രണ്ടു മുറികളെടുത്തത്."

അയാളുടെ കണ്ണുകളുടെ കോണിൽ, ചുണ്ടുകളുടെ പരപ്പിൽ ഒരു കുസൃതിച്ചിരി പൊലിഞ്ഞുമായുന്നതു കണ്ടു. ചേച്ചിയുടെ കണ്ണുകളിലും ഒരു വല്ലാത്ത തിളക്കം കണ്ടു. ഭീതിയുടേയും ആവേശത്തിന്റേയും കൂടി യുള്ള ഒരു നിറമുള്ള തിളക്കം.

എനിക്കയാളോട് ഒരു വല്ലാത്ത അടുപ്പം തോന്നി. അയാളുമായി ദീർഘനേരം സംസാരിച്ചുകൊണ്ടിരിക്കാനും അയാളുടെ സ്വരത്തിന്റെ

അടിയൊഴുക്കുകളിൽ ശ്രദ്ധിച്ചുകൊണ്ട് അന്തമില്ലാത്ത മണിക്കൂറുകൾ ഒഴുക്കിക്കളയാനും എനിക്കാഗ്രഹമുണ്ടായി. ആ കൈവിരലുകളുടെ വടിവിലും ആ മീശയുടെ തലയെടുപ്പിലും കണ്ണുകളുടെ ഉന്മാദഭാവത്തിലും ഞാൻ എന്റെ നായകനെ കണ്ടെത്തിവരികയായിരുന്നു. അപ്പോൾ-

അയാൾ എഴുന്നേറ്റു. മെല്ലെ മുറിവിട്ടു പുറത്തേക്കിറങ്ങി. നടന്നു പോകുന്നതിനിടയിൽ അയാൾ ചേച്ചിയുടെ കൈകളിൽ ചെറുതായൊന്നു നുള്ളിയതു ഞാൻ ശ്രദ്ധിച്ചു.

ആ നുള്ള് എനിക്കു കിട്ടിയിരുന്നെങ്കിൽ. ഞാൻ ആശിച്ചു. ഒപ്പംതന്നെ എനിക്കു ചേച്ചിയോട് അസൂയയും തോന്നി. എല്ലാം ചേച്ചിക്കുമാത്രം.

ഞാൻ പ്ലേറ്റ് നിരക്കി അരികത്തേക്കു വെച്ചു. എന്നാൽ എനിക്ക് അതിലൊന്നു ശ്രദ്ധിക്കാൻകൂടി കഴിഞ്ഞില്ല. തൊണ്ടയിൽ എന്തോ ഇരുന്നെരിയുന്നതുപോലെ. ഐസ്‌വെള്ളത്തിനുപോലും എന്റെ തൊണ്ടയിലെ ചൂട് അകറ്റാൻ കഴിയുന്നില്ല.

ചേച്ചി വിളിച്ചു: "വിനൂ."

ഞാൻ ചോദ്യഭാവത്തിൽ അവളെ നോക്കി.

"ഇതൊന്നും മമ്മിയോടു പറയല്ലേ."

"ഇല്ല."എനിക്കവളോടു സഹതാപം തോന്നി.

ഞാനൊന്നും മിണ്ടിയില്ല. എനിക്കു യാതൊരു വിശദീകരണങ്ങളും ആവശ്യമില്ല. എല്ലാം എനിക്കു മനസ്സിലായിരിക്കുന്നു.

അടുത്ത മുറിയിൽനിന്ന് ഒരു ചുമ കേട്ടു. ആ ചുമ കൃത്രിമമായി വരുത്തിയതാണെന്നു പെട്ടെന്നുതന്നെ മനസ്സിലാവുകയും ചെയ്തു.

"ഓ, ഈ മുറിയിൽ എന്തു ചൂട്!" ചേച്ചി നെഞ്ചിലേക്കൂതി. എന്നിട്ടെ ണീറ്റു. "ഞാൻ വരാന്തയിൽനിന്ന് അല്പം കാറ്റുകൊള്ളട്ടെ."

ഞാനൊന്നും പറയാൻപോയില്ല. ചേച്ചി അടുത്ത മുറിയിലേക്കു പോകാനാണു തുടങ്ങുന്നതെന്ന് എനിക്കു നല്ലതുപോലെ അറിയാം.

ചേച്ചി മുറിവിട്ടുപോയി. വാതിൽ ബലമായി വലിച്ചിട്ടാണ് അവർ പുറത്തേക്കിറങ്ങിയത്.

അടുത്ത മുറിയിൽനിന്നും അടക്കിയ സ്വരം കേട്ടു: "ഒന്നും അവന് മനസ്സിലായില്ലെന്നാണു തോന്നുന്നത്." ഞാൻ മെല്ലെ മെത്തയിലേക്കു വീണു. കമിഴ്ന്നുകിടന്നു കരഞ്ഞു.

ഞാനൊറ്റയ്ക്കായിരിക്കുന്നു. ആ ചെറുപ്പക്കാരന് ചേച്ചിയെ ഒഴിവാക്കിയിട്ട് എന്തുകൊണ്ട് എന്റെ അരികിൽ വന്നുകൂടാ? ഈ ഒഴിഞ്ഞ മുറിയും കറങ്ങുന്ന ഫാനും വിതുമ്പുന്ന മെത്തയും ഞാനും, എന്റെ ഹൃദയവും എന്റെ ശരീരവും എല്ലാം അയാൾക്കുവേണ്ടി കാത്തുകിടക്കുകയല്ലേ?

അടുത്ത മുറിയിൽനിന്ന് ചേച്ചിയുടെ ശബ്ദം, കേട്ടു: "ഓ, കുമാർ. പ്ലീസ്. പ്ലീസ്."

ചേച്ചിക്ക് ഇങ്ങിനെയൊരു ശബ്ദമുണ്ടെന്ന് ഞാനിപ്പോഴാണറിയുന്നത്. ഒരുതരം ഉറക്കത്തിന്റെ ശബ്ദം. പാവം!

ഉടൻതന്നെ സ്വയം തിരുത്തി. പാവംപോലും. പാവം. എന്നിൽനിന്ന് വിലപ്പെട്ട എന്തോ ഒന്നു തട്ടിയെടുത്ത് സ്വന്തമാക്കിയിട്ട്-

പാവം ഞാൻ.

ചെവിയിൽ വിരൽ തിരുകി കമിഴ്ന്നുകിടന്നു. ബെഡ്ഷീറ്റിൽ കണ്ണുനീർ ഭൂപടം വരയ്ക്കുന്നതു കണ്ടു. എന്റെ കണ്ണുനീർ, ദുഃഖത്തിന്റെ കണ്ണുനീർ, എന്റെ അസൂയയുടെ കണ്ണുനീർ.

കബന്ധഗതി

ആരണ്യകാണ്ഡത്തിന്റെ ഒരു വല്ലാത്ത വളവിൽ, പക്ഷിയും മൃഗവു മല്ലാതെ, വക്ത്രവും കാലും തലയും ഇല്ലാതെ യോജനായതഹസ്ത ങ്ങളോടുകൂടി, രക്ഷോരൂപത്തോടെ കബന്ധൻ കെടന്നു. ഉള്ളിൽ ആരേയും എന്തിനേയും ഭക്ഷിക്കുവാനുള്ള വിശപ്പും ഗതകാലത്തെ ചൊല്ലിയുള്ള ദുഃഖങ്ങളും കാട്ടിലെ സന്ധ്യയ്ക്ക് അറുതിവരുമ്പോൾ വിഷാദം സഹിയാഞ്ഞു മോങ്ങുന്നു. സുന്ദരികളുടെ മനസ്സു മോഷ്ടിച്ച് അതിസുന്ദരനായി, ഗന്ധർവന്മാരുടെ ഇടയിലെ ഒരു പൊട്ട് മനോഹാരി തയായി, ക്രീഡിച്ചുനടന്ന പശിമയുള്ള ഭൂതകാലത്തെച്ചൊല്ലിയുള്ള ഓർമ്മ കൾ അപ്പോൾ തിക്കിവരുന്നു. അന്ന് അസുന്ദരന്മാരോട് പരിഹാസമായി രുന്നു. ഒരിക്കൽ അഷ്ടവക്രനെക്കണ്ടു. വികൃതനായ അഷ്ടവക്രൻ. എങ്ങനെ കളിയാക്കാതെയിരിക്കും? മുനിക്കു സഹിച്ചില്ല കോപം. ശാപം. രാക്ഷസനാകട്ടെ വികൃത സത്വമായിത്തീരട്ടെ.

"ഹായ്! നിന്നെ കബന്ധൻ എന്നു വിളിച്ചത്, സുന്ദരനായതു കൊണ്ടല്ല" മമ്മി പറയുന്നു. കഥ മുറിഞ്ഞു.

"വിരൂപനായതുകൊണ്ടോ?" അയാൾ ചോദിക്കുന്നു.

"അതുമല്ല. നിനക്കു കഴുത്തില്ല. കഴുത്തില്ലാത്തവനല്ലേ കബന്ധൻ?"

അയാൾ പൊട്ടിച്ചിരിക്കുന്നു. ഇനിയിപ്പോൾ മമ്മിയും തുടങ്ങും ചിരി ക്കാൻ.

സഹിക്കില്ല. എന്തു മുഷിച്ചിൽ!

അയാളെക്കൊണ്ട് കഥ മുഴുമിപ്പിക്കാൻ ഈ മമ്മി സമ്മതിക്കില്ല.

"എന്നിട്ട്?..." അവൾ അക്ഷമയായി.

"ങേ?"

"മുനി ശപിച്ചിട്ട്."

കുറുക്കന്റെ കണ്ണുകളിൽ തിളക്കം. കുറുകിയ കഴുത്തും കുറെകൂടി ചെറുതായി പരന്ന തോളിൽ പതിഞ്ഞു മെലിഞ്ഞ മുഖത്ത് പുഞ്ചിരി ഒഴുകിനിന്നു.

"അരുണയ്ക്ക് കഥ കേൾക്കണം?" തന്നോടാണ് ചോദ്യം.

"ഒന്നുകിൽ ചീട്ടു കളിക്കണം. ഇല്ലെങ്കിൽ കഥ പറയണം."

അയാൾ ചീട്ട് മേശമേലിട്ടു. മമ്മി അരിശത്തോടെ എണീറ്റു നടന്നു: "ഈ കുട്ടിക്കാ ഇപ്പോ പ്രാന്ത്. അല്ലെങ്കിൽ ഈ കള്ളക്കഥകളൊക്കെ കേട്ട് വായും പിളർന്നിരിക്കുമോ?"

ശാപം. പിന്നെ ശാപമോക്ഷം. ത്രേതായുഗത്തിൽ, ദശരഥപുത്രനായി ജനിക്കുന്ന ശ്രീരാമൻ നിന്റെ ബാഹുക്കൾ അറുക്കുമ്പോൾ...

എത്ര യുഗങ്ങൾ! കൈകളറുക്കുന്ന ശത്രുവിനെ കണ്ടുമുട്ടാൻവേണ്ടി കൊതിപൂണ്ട് ഉരുണ്ടുനടന്ന വർഷശതങ്ങൾ! ഒടുവിൽ ഒരിക്കൽ സീതാ ന്വേഷിയായ–

"ഇന്നു ഫിലിമിനു പോവലുണ്ടാവില്ല." മമ്മി വിളിച്ചുപറയുന്നു.

"ടൈം എന്തായി?" കബന്ധൻ അവളോടു ചോദിച്ചു.

"നയൻ ടെൻ."

"അരുണ വരുന്നില്ലേ?"

പോവണമെന്നുണ്ട്. പക്ഷേ എങ്ങിനെ പറയും.

"നാളെ കോളേജുണ്ട്."

"അതിനെന്ത്?"

"ഓ ലേറ്റാവില്ലെ ഉണരാൻ?"

കബന്ധന്റെ വലിയ കണ്ണുകൾ ചുരുങ്ങിക്കൂടി. രഹസ്യത്തിന്റെ സ്വര ത്തിൽ "ഉറങ്ങാതെ ഞാൻ നോക്കിയാൽ പോരെ?" അവൾക്കു പൊടു ന്നനെ അയാളോടിഷ്ടം തോന്നി. എന്തു ഫലിതബോധമുള്ള ചെറുപ്പ ക്കാരൻ! ഏതായാലും മമ്മിയെ സമ്മതിക്കണം. എല്ലാത്തരത്തിലും കൊള്ളാവുന്ന സുഹൃത്തുക്കൾ മാത്രമേ മമ്മിക്കുള്ളു.

"അരുണ തനിച്ചല്ലേ ഉള്ളു ഇവിടെ?" ഡ്രസ്സിംഗ് റൂമിൽനിന്നു വിളിച്ചു ചോദ്യം.

"പോരട്ടെ അല്ലേ!" അയാൾ അകത്തേക്കു ചോദിച്ചു.

എന്നിട്ട് തന്റെ പുറത്തു തട്ടിക്കൊണ്ട് പറഞ്ഞു.

"എളുപ്പം ഒരുങ്ങിക്കോളൂ." അവൾ ഒഴിഞ്ഞുമാറി. അല്ലെങ്കിലും തന്റെ യടുത്തു സ്വാതന്ത്ര്യം കുറേ കൂടുതലാവുന്നുണ്ട്. തനിക്കിതെങ്ങിനെ സഹിക്കാൻ കഴിയുന്നു എന്നതാണതിശയം. മമ്മിയുടെ കൂട്ടുകാരിൽ മറ്റാരോടും ഇത്രയ്ക്കു സ്നേഹം തോന്നിയിട്ടില്ല. ആരുമാരും സംസാരി ക്കുക കൂടിയില്ല. പിന്നെ ഈ ചെറുപ്പക്കാരനുമായുള്ള ഈ പ്രത്യേക അടുപ്പത്തിനു കാരണം? ഒരു പക്ഷേ, അയാൾ മമ്മിയോടു സംസാരി ക്കാൻ വേണ്ടിയല്ല, തന്നെക്കാണാൻ വേണ്ടിയാണ് ദിവസവും സന്ധ്യ യ്ക്കിങ്ങിനെ വരുന്നതെന്ന ബോധം ഉള്ളിൽക്കിടക്കുന്നതുകൊണ്ടാവും.

അവൾ ചീട്ട് കവറിലാക്കി, അകത്തേക്കു കയറിപ്പോയി. ഈ സാരി മാറണം.

ഇടതുവശത്തുനിന്നെണ്ണിയാൽ അരുണ, മമ്മി, കബന്ധൻ. വലതുനിന്നാണെങ്കിൽ കബന്ധൻ, മമ്മി, അരുണ... തിയേറ്ററിലിരിക്കുമ്പോൾ വെറുതെ അതുതന്നെ തിരിച്ചും മറിച്ചും ഉള്ളിലിട്ടു കശക്കിക്കൊണ്ടിരുന്നു. തിരശ്ശീലയിൽ ചിത്രങ്ങൾ വന്നുപോവുന്നു. മനസ് കടിഞ്ഞാൺ കണ്ടിട്ടില്ലാത്ത സീബ്രാകളെപ്പോലെ പുൽപ്പരപ്പുകൾ താണ്ടിയോടുന്നു.

വന്നു കയറിയതും മുൻപിലത്തെ സീറ്റിലിരിക്കുന്ന വിജയലക്ഷ്മിയുടെ മുഖമാണ് കണ്ടത്. അതാണ് സമനില തെറിപ്പിച്ചത്.

നാളെ കോളേജിൽ പാട്ടാവും അല്ലെങ്കിൽത്തന്നെ വിധവയും സുന്ദരിയുമായ മമ്മിയെക്കുറിച്ച് ഒരുപാടാണ് കഥകൾ. അതിന്റെ കൂടെ ഇതു കൂടി.

നമ്മുടെ അരുണയില്ലേ? ഇന്നലെ ഏതോ ഒരുത്തന്റെകൂടെ സെക്കന്റ് ഷോയ്ക്കു പോയിരുന്നു.

അമ്മയുടെ ഫ്രണ്ട്സിനെയെല്ലാം ഇപ്പോൾ അവളെയാണ് ഏല്പിച്ചിരിക്കുന്നത്. ബ്യൂട്ടിഫുൾ ഡോട്ടർ.

ജനറേഷൻ റ്റു ജനറേഷൻ...

കബന്ധന്റെ ചിരികേട്ടു. മമ്മി എന്തോ പറഞ്ഞിരിക്കുന്നു. ചിരിക്കു ശേഷം ശബ്ദം താഴ്ത്തി, എന്നാൽ അവൾക്കു കേൾക്കാൻ പാകത്തിനു അയാൾ ചോദിക്കുന്നു:

"ഇത്രയുമൊക്കെ പരസ്യമായി ആകാമെങ്കിൽ ഇനി ചുംബനത്തിനുമാത്രം സെൻസറിംഗ് വച്ചിരിക്കുന്നതിൽ എന്താണൊരു മീനിംഗുള്ളത്?"

മമ്മി ഒന്നിളകിയിരുന്നു.

ഏതോ അറുവഷളൻ മലയാളപടമാണ്. അടി, പ്രേമം, സെക്സ്, ഫലിതം, കണ്ണുനീർ. എല്ലാം അടുക്കടുക്കായി കടന്നുപോവുന്നു. ഇപ്പോഴിതാ ചീനഭരണിയെ ഓർപ്പിക്കുന്ന ഒരു ഹാസ്യനടൻ പുഴുങ്ങിയ മുട്ടകൾ അപ്പാടെ എടുത്തു വിഴുങ്ങുന്നു.

"കബന്ധൻ!" അയാൾ പറഞ്ഞു.

"ആര്?" ചോദിക്കാതെയിരിക്കാൻ കഴിഞ്ഞില്ല.

"ആ മനുഷ്യൻ. വിഴുങ്ങൽ കബന്ധന്റെ പോർട്ട് ഫോളിയോ ആണ്. അതറിയില്ലേ?"

മമ്മി കവിളിലെ രോമങ്ങളിൽ നഖമോടിച്ചു.

ഏതെങ്കിലും തരത്തിൽ അസ്വസ്ഥയാകുമ്പോൾ മമ്മി അങ്ങനെ ചെയ്യാറുണ്ട്. കൈത്തണ്ടയിൽ തിങ്ങി നിൽക്കുന്ന രോമങ്ങൾ പിഴുതു

കളയുകയോ ചുണ്ടുകൾക്കു മുകളിലും കാതിനു മുമ്പിലുമായി വരയിട്ടുനിൽക്കുന്ന രോമങ്ങളിൽ വിരലോടിക്കുകയോചെയ്യും.

മമ്മിയുടെ തുടുത്ത കവിളിൽ എന്തുമാത്രം കറുത്തരോമങ്ങളാണ്! ഭംഗിയുള്ള ഒരു കാഴ്ച. അതിന്റെ ലക്ഷണം ഒരിക്കൽ അയാൾ അവളോടു പറഞ്ഞു.

ഛീ! സാമുദ്രികമാണത്രേ.

എന്തു കുന്തമായാലും, മുഴുമിപ്പിക്കുന്നതിനു മുമ്പ്, താൻ മുഖം പൊത്തി എണീറ്റോടിക്കളഞ്ഞു.

പറയുന്നതിനു മുഴുവൻ രണ്ടർത്ഥം. ആലോചിക്കുന്തോറും അവയുടെ എണ്ണം പെരുകിവരും. ഇങ്ങോട്ടു പോരുന്നതിനു തൊട്ടു മുമ്പു പറഞ്ഞത്: "ഉറങ്ങാതെ നോക്കിയാൽ പോരെ?..."

എന്താവും അതുകൊണ്ടുദ്ദേശിച്ചത്? എന്തോ ആകട്ടെ. ഇഷ്ടമാണ്. മമ്മിയുടെ മറ്റെല്ലാ സുഹൃത്തുക്കളെക്കാളും ഇഷ്ടം.

പെണ്ണേ, നീ അയാൾക്കടിമയാണ്.

ഞാൻ ആരുടെയും അടിമയല്ല.

അതുവിട്, നീ അയാൾ പറയുന്നതെന്തും അനുസരിക്കും.

ഡാമിറ്റ്!

ഒന്നുമില്ല ചരക്കേ. ഇന്നു രാത്രി നോക്കിക്കോ.

ഇന്നു രാത്രി? എന്തു രാത്രി?

ശരീരം മുഴുവൻ പുഴുക്കൾ അരിച്ചു നടക്കുന്നതുപോലെ തോന്നിയപ്പോൾ മമ്മിയുടെ ചതുപ്പൻ കൈത്തണ്ടയിലേക്കു ശരീരം അമർത്തി ചാരിക്കിടന്നു. പരുപരുത്ത രോമപ്പരപ്പ് ഓ... അറിയാതെ പിറുപിറുത്തുപോയി: ഹൗ ഫക്കിംഗ് ഗേറ്റ് വി ഗോട്ട് ടു വെയ്റ്റ് അപ്പ് ഹിയർ?

"ഇന്നിനി പോകുന്നതെങ്ങിനെ?" ഫിലിം തീർന്നു വീട്ടിലെത്തിയപ്പോൾ മമ്മി ചോദിച്ചു.

"ഒന്നുകിൽ ഈ പാതിരാ ഒന്നരമണിക്ക് അഞ്ചു മൈൽ നടന്ന് ലോഡ്ജിൽ ചെന്നു കിടന്നുറങ്ങുക. അല്ലെങ്കിൽ ടാക്സിക്കാരനോട് കടം പറഞ്ഞു നോക്കുക" അവൾ സാരി മാറ്റുകയായിരുന്നു താൻ പ്രതീക്ഷിച്ചിരുന്ന ചോദ്യം തന്നെ മമ്മി ചോദിക്കുന്നതു കേട്ടു.

"എങ്കിൽ ഇവിടെത്തന്നെ കിടന്നിട്ട് രാവിലെ എണീറ്റു പോയ്ക്കൂടേ?"

"ഓഹോ. അതുമാവാം."

സ്വീകരണമുറിയിലേക്ക് ഓടിച്ചെന്നു മമ്മിയെപ്പിടിച്ച് ഒരുമ്മകൊടുക്കണമെന്നു തോന്നി. എന്റെ നല്ല നല്ല മമ്മി.

എന്തിന്? വീണ്ടും ഉള്ളിൽ ചൂടു കിളിർന്നു. എന്തിനാണീ പരിഭ്രമം? ആവശ്യമില്ലാത്ത ചിന്തകൾ! ഇന്നു നേരാംവണ്ണമൊറങ്ങണം. തൊട്ടപ്പുറത്തെ

മുറിയിൽ, മനസ്സിനുപിടിച്ച ഒരു ചെറുപ്പക്കാരൻ കിടക്കുന്നുണ്ടെന്ന ബോധം വിട്ട് മരിച്ചുറങ്ങണം.

പക്ഷേ, അതു നടന്നില്ല. നിദ്ര സർക്കസ്സിലെ ഇരിപ്പുറയ്ക്കാത്ത കുതിരസ്സവാരിക്കാരിയെപ്പോലെ, ഒരിക്കലും പിടിതരാതെ ചാടിക്കളിച്ചു. കിഴക്കേ മുറിയിൽ മമ്മിയുടെ പതിഞ്ഞ സ്വരത്തിലുള്ള കൂർക്കംവലിയുയരുന്നതും പടിഞ്ഞാറേ മുറിയിൽ ഇടയ്ക്കിടെ തീപ്പെട്ടിക്കൊള്ളികൾ ഞെട്ടി മരിക്കുന്നതും കേട്ടുകൊണ്ടു തിരിഞ്ഞുമറിഞ്ഞു. അങ്ങോട്ടുള്ള വാതിൽ കുറ്റിയിട്ടിട്ടില്ല. മനപ്പൂർവ്വം.

നിരത്തിലൂടെ ഭാരം കയറ്റിയ ലോറികൾ മുഴക്കത്തോടെ കടന്നു പോയി. റോഡിനു താഴെയുള്ള തേവിടിശ്ശിയുടെ വീട്ടിലെ പട്ടിയെ മദ്യം സ്വാന്തനപ്പെടുത്തുന്നു.

"ഓമനേ."

അപ്പോൾ അയാൾ കടന്നുവന്നു. ചാരിയിട്ടിരുന്ന വാതിൽ പതുക്കെ മാറ്റി കർട്ടനിടയിലൂടെ തലയിട്ടുനോക്കി. പതിഞ്ഞ കാലടി ശബ്ദത്തോടുകൂടി കട്ടിലിന്നരികിൽ വന്നുനിന്ന് മുഖത്തേക്കു സൂക്ഷിച്ചുനോക്കി. പിന്നെ മമ്മിയുടെ മുറിക്കുനേരെ ഭയത്തോടെ നോക്കുന്നതു കണ്ടു. തുറന്നുകിടക്കുന്ന വാതിലിലൂടെ മമ്മി ചരിഞ്ഞുറങ്ങുന്നതു കാണാം.

കണ്ണുപൂട്ടിക്കിടന്നു.

അരുണേ, നീയുറങ്ങുകയാണ്. ഒന്നുമറിയാതെ ഉറങ്ങുകയാണ്. അല്പം കഴിയുമ്പോൾ കട്ടിൽഞരങ്ങും. നീണ്ട വിരലുകൾ കവിളിൽ വന്നു വിശ്രമിക്കും. അപ്പോൾ മതി തിരുമിഴി വിടർത്തുന്നത്. കിഴക്കേ മുറിയിൽ മമ്മി ഒന്നു തിരിഞ്ഞു കിടന്നു. കാലടികൾ അകന്നു പോയി. ഒരു കണ്ണു തുറന്നു നോക്കി. പിറകിൽനിന്നു കതകു ചാരിയിട്ട് അയാൾ സ്വന്തം മുറിയിലേക്കു പതുങ്ങിപ്പതുങ്ങിപ്പോവുന്നു.

കബന്ധൻ പാവം! താൻ കിടന്നു വിളിച്ചെങ്കിലോ എന്നു ഭയന്നാവും. ചിരി വന്നു. വീണ്ടും വരാതെയിരിക്കില്ല. കാത്തു കിടക്കൂ. ഉറങ്ങാതെ, എന്നാൽ ഉറക്കം നടിച്ച്....

വീണ്ടും വന്നു. എല്ലാം മുമ്പത്തെപ്പോലെ. താൻ ഉറങ്ങുകയാണോ അല്ലയോ എന്നറിയാതെ എന്തു ചെയ്യണമെന്നു നിശ്ചയമില്ലാതെയുള്ള പകച്ചു നില്പ്... മമ്മിയുടെ മുറിക്കുനേരേയുള്ള ഭയചകിതമായ നോട്ടം. ഒടുവിൽ അവിടെ ശ്വാസഗതി അല്പമൊന്നു മാറിയപ്പോൾ, ഒന്നും ചെയ്യാ നാവാതെയുള്ള മടങ്ങിപ്പോക്കും... കഷ്ടം തോന്നി. വലിയ വാചകമൊക്കെ യടിക്കുമെങ്കിലും ആളു പിളുന്താസനാണ്. ഉറക്കില്ല എന്നൊക്കെ വീര വാദമടിച്ചിട്ട്...?

പിന്നെ എപ്പോഴോ ഒന്നു മയങ്ങി ഉറക്കത്തിനു പടികൾ കെട്ടുന്നതിനു മുമ്പ് ഞെട്ടിയുണർന്നു. അടുത്ത മുറിയിൽനിന്ന് മമ്മിയുടെ കൂർക്കംവലിയില്ല. ആകെ നിശ്ശബ്ദത.

അപ്പോൾ കേട്ടു: "ഐ ഡു അസോർ യുവർ..." മമ്മിയാണ്. അയാളുടെ മുറിയിൽനിന്ന് അങ്ങോട്ടുള്ള വാതിൽ അടച്ച് കുറ്റിയിട്ടിരിക്കുന്നു. "ദിസ് ആർട്ട്."

എന്തുചെയ്യണമെന്നറിയാതെ അമ്പരന്നുകിടക്കുമ്പോൾ, മമ്മിയുടെ നാണത്തോടെയുള്ള ചിരി കേട്ടു. "കബന്ധാ! നിന്റെ പോർട്ട്ഫോളിയോ." അയാൾ എന്തോ പിറുപിറുത്തു. ആ സ്വരത്തിലെ വല്ലായ്മയാണ് ആദ്യം ഉള്ളിൽത്തട്ടിയത്. മുഴുവൻ കേൾക്കാൻ തോന്നിയില്ല. കേട്ടാൽ എല്ലാവരേയും കൊല്ലാൻ തോന്നും. സ്വയമുള്ള മതിപ്പിന് ഉലച്ചിൽ തട്ടും.

അരുണേ, മോളേ, നീയിപ്പോൾ കരയും. ഐ ബെറ്റ്. ഒരു പിണ്ണാക്കുമില്ല. കമ്പിളിയെടുത്തു തല മൂടിപ്പുതച്ചു കിടന്നു.

വാട്ട് ബ്ലഡി ഗോഡ് ഡാം...

■

www.ingramcontent.com/pod-product-compliance
Lightning Source LLC
LaVergne TN
LVHW041618070526
838199LV00052B/3191
* 9 7 8 9 3 8 7 3 3 1 2 1 1 *